동사 65개로 끝내는 베트남어

일주일에 동사 5개씩, 13주면 베트남어 끝!

동사 65개 끝내는 베트남어

VIETNAMESE

이현정 지음

머리말

2000년대 초 제가 하노이로 유학 갔을 때 공산주의 국가인 베트남은 우리에게 가까운 나라가 아니었습니다. 베트남 하면 쌀국수와 수많은 오토바이를 떠올리던 시간을 지나 지금은 베트남 하면 다낭, 냐짱, 달랏 등을 떠올리며 한 번쯤은 여행 가고 싶은 나라가 되었습니다. 지속해서 국내 기업들이 베트남에 진출하고, 민간 교류도 활성화되어 베트남에 관한 관심이 높아지면서 베트남어에 관한 관심도 커지고 있습니다.

이 교재는 사이버 한국외국어대학교 베트남·인도네시아학부의 강의를 토대로 집필하게 되었습니다. 사이버 외대 강의를 토대로 만들어진 이 교재가 베트남과 베트남어에 관심을 두고 배우고자 하는 분들에게 도움이 되기를 바라는 마음입니다.

교재는 1. 오늘의 단어와 문장 2. 문법 3. 읽기로 구성되었습니다. 학습자가 오늘의 단어와 문장부터 읽기까지 순서대로 학습해도 되고, 본인의 필요에 따라서 선택하여 학습할 수 있습니다. 그러나 각 부분은 학습을 돕기 위해 독립적이면서 서로 연관된 유기적으로 구성되어 있습니다. 또한 기초 베트남어를 공부한 학습자들이 현지에서 사용되는 표현을 익히고 습득할 수 있도록 원어민 선생님의 검수를 통해 원어민들이 사용하는 표현으로 '읽기'를 구성하였습니다. 베트남어는 6성조가 있기 때문에 많이 듣고, 말하는 연습이 중요합니다. 교재와 함께 제공되는 음성 파일을 활용하여 내용과 함께 자주 듣고 따라 하며, 또한 본인의 베트남어를 녹음하여 들어 보며, 음성 파일과 비교하여 꾸준히 연습하다 보면 어느 순간부터는 자연스럽게 베트남어를 말하게 될 것입니다. 강의에서 부족했던 문법 설명과 연습문제는 교재를 집필하면서 보완하였습니다.

끝으로 이 책의 기틀을 잡아주고 전체적인 내용 구성에 있어 도움을 주신 하노이국립인문사회과학대학교 언어학과 **Đỗ Hồng Dương** 교수님과 베트남인의 입장에서 실생활에 사용되는 언어 표현을 감수해 주신 **Nguyễn Thị Hạnh Dung** 선생님에게 감사드립니다. 그리고 이 책을 기획하고 출판할 수 있도록 도움을 주신 한국외국어대학교 지식출판콘텐츠원 관계자분들께 감사의 인사를 전합니다.

여러분보다 먼저 베트남어를 학습하고, 베트남어를 가르치게 된 사람으로서 저는 이 교재가 여러분의 베트남어 학습 여정에 도움이 되기를 바랍니다. 베트남어로 자유롭게 대화하며, 꿈을 이루게 될 여러분들을 응원합니다.

2022년 6월 저자 이현정

차례

차례

Bài 1

기본 동사

학습목표

1. 기본 동사를 익혀 활용할 수 있다.
2. là 서술어의 쓰임을 익혀 활용할 수 있다.

I 들어가기

오늘의 단어

là	~ 이다	**học**	공부하다
làm	~ 하다, 일하다	**biết**	알다
sống	살다, 생활하다		

오늘의 문장

1) là

Tôi tên là Ji-hee.
내 이름은 지희입니다.

Tôi là người Hàn Quốc.
나는 한국 사람입니다.

Tôi là sinh viên.
나는 (대)학생입니다.

2) làm

Tôi làm kĩ sư. (= Tôi là kĩ sư.)
나는 엔지니어입니다.

Tôi làm bài tập.
나는 숙제를 합니다.

Tôi làm việc ở ngân hàng.
나는 은행에서 일을 합니다.

3) sống

Tôi sống một mình.
나는 혼자 삽니다.

Tôi sống ở Hà Nội.
나는 하노이에 삽니다.

Tôi sống với gia đình tôi.
나는 가족과 함께 삽니다.

4) học

Tôi học tiếng Việt.
나는 베트남어를 공부합니다.

Tôi học ở Đại học Quốc gia Hà Nội.
나는 하노이국립대학교에서 공부합니다.

Tôi học với bạn Min-su.
나는 민수와 함께 공부합니다.

5) biết

Tôi biết tiếng Việt.
나는 베트남어를 압니다.

Tôi không biết tiếng Việt.
나는 베트남어를 모릅니다.

Anh có biết tiếng Việt không?
형/오빠는 베트남어를 아세요?

새로운 단어

bài tập	숙제, 과제	ở	~에, ~에 있다
đại học	대학교	quốc gia	국가, 국립
kĩ sư	기술자, 엔지니어	sinh viên	대학생
một mình	혼자	việc	일, 업무
ngân hàng	은행	với	~과/와 함께

연습문제

단어와 의미를 연결하세요.

ngân hàng	혼자
tên	베트남어
kĩ sư	은행
một mình	이름
tiếng Việt	기술자

người	일, 업무
gia đình	사람
bài tập	숙제
sinh viên	가족
việc	대학생

II 문법

1. là 서술어

là 서술어는 '~이다'의 의미를 가지고 있다.

	문형	예문
긍정문	주어 + là + 주격 보어	Anh ấy tên là Hùng. 그의 이름은 Hùng입니다.
		Chị ấy là người Nhật Bản. 그녀는 일본 사람입니다.
부정문	주어 + không phải là + 주격 보어	Anh ấy tên không phải là Hùng. 그의 이름은 Hùng이 아닙니다.
		Chị ấy không phải là người Nhật Bản. 그녀는 일본 사람이 아닙니다.
의문문	Q: 주어 + có phải là + 주격 보어 + không? A: 긍정) Dạ phải / Phải / Vâng. 부정) Không phải / Dạ không phải / Không.	Q: Anh ấy tên có phải là Hùng không? 그의 이름은 Hùng입니까? A: 긍정) Dạ phải. 부정) Dạ không phải.
	Q: 주어 + là + 주격 보어 + phải không? A: 긍정) Dạ phải / Phải / Vâng. 부정) Không phải / Dạ không phải / Không.	Q: Anh ấy tên là Hùng phải không? 그의 이름은 Hùng맞습니까? A: 긍정) Dạ phải. 부정) Dạ không phải.

2. 동사

베트남어는 '주어 + 동사 (+ 목적어)'의 어순으로 사용하며, 동사는 인칭대명사의 수나 격에 따라 변하지 않는다.

	문형	예문
긍정문	주어 + 동사 (+ 목적어)	**Tôi sống ở Hà Nội.** 나는 하노이에 삽니다.
		Tôi học tiếng Việt. 나는 베트남어를 공부합니다.
부정문	주어 + **không** + 동사 (+ 목적어)	**Tôi không sống ở Hà Nội.** 나는 하노이에 살지 않습니다.
		Tôi không học tiếng Việt. 나는 베트남어를 공부하지 않습니다.
의문문	Q: 주어 + **có** + 동사 + 목적어 + **không**? A: 긍정) **Có / Vâng.** 부정) **Không.**	Q: **Chị có sống ở Hà Nội không?** 누나/언니는 하노이에 삽니까? A: 긍정) **Có / Vâng.** 부정) **Không.**
		Q: **Em có học tiếng Việt không?** 너는 베트남어를 공부하니? A: 긍정) **Có / Vâng.** 부정) **Không.**

연습문제

다음 문장을 베트남어로 적으세요.

1) 나는 영어(**tiếng Anh**)를 공부합니다.

→ ______________________________

2) **Mai** 누나/언니는 서울에 삽니다.

→ ______________________________

3) 그녀의 이름은 **Linh**이 아닙니다.

→ ______________________________

4) 내 아버지(**bố tôi**)는 은행에서 일합니다.

→ ______________________________

5) 너(**bạn**)는 가족과 함께 사니?

→ ______________________________

6) 형/오빠(anh)는 일본어(tiếng Nhật)를 아세요?

→ ____________________

7) 나는 독일(Đức) 사람이 아닙니다.

→ ____________________

8) 내 여동생(em gái)의 이름은 Ha-eun입니다.

→ ____________________

9) 너(bạn)는 미국 사람이 맞지?

→ ____________________

10) 아니. 나는 프랑스(Pháp) 사람이야.

→ ____________________

III 읽기

새로운 단어

một chút	조금, 잠깐	**tiếng Anh**	영어
ngoại ngữ	외국어	**và**	~과/와, 그리고

다음 문장을 듣고 따라해 보세요.

Tôi tên là Ji-hee.

Tôi là người Hàn Quốc.

Tôi làm(=là) sinh viên Đại học Ngoại ngữ Hàn Quốc.

Tôi học tiếng Việt ở Đại học Quốc gia Hà Nội.

Tôi biết tiếng Việt và một chút tiếng Anh.

là 서술어와 동사의 의미를 생각하며 해석해 봅시다.

Tôi tên là Ji-hee.
내 이름은 지희입니다.

Tôi là người Hàn Quốc.
나는 한국 사람입니다.

Tôi làm sinh viên Đại học Ngoại ngữ Hàn Quốc. (=**Tôi là sinh viên.**)
나는 한국외국어대학교 학생입니다.

Tôi học tiếng Việt ở Đại học Quốc gia Hà Nội.
나는 하노이 국립대학교에서 베트남어를 공부합니다.

Tôi biết tiếng Việt và một chút tiếng Anh.
나는 베트남어와 영어를 조금 압니다.

연습문제

다음을 듣고 문장을 완성하세요.

Tôi (   ) là Ji-hee.

Tôi là (   ) Hàn Quốc.

Tôi làm (   ) Đại học (   ) Hàn Quốc.

Tôi học (   ) ở Đại học (   ) Hà Nội.

Tôi biết tiếng Việt và (   ) tiếng Anh.

다음 문장을 베트남어로 적으세요.

1) 내 형/오빠(**anh trai**)는 변호사(**luật sư**)입니다.

→ ______________________________

2) 나는 영어공부를 합니다.

→ ______________________________

3) **Lan** 누나/언니는 대학생입니까?

→ ______________________________

4) **Min-ji**는 가족과 함께 부산에 삽니다.

→ ______________________________

5) 내 친구(**bạn**)는 베트남어와 일본어를 조금 안다.

→ ______________________________

6) 너(bạn)는 그 친구의 이름을 아니?

→ ______________________________

7) 누나/언니의 이름이 **Lan** 맞나요?

→ ______________________________

8) 아니, 내 이름은 **Linh**이야.

→ ______________________________

9) 너(bạn)는 대학생이지?

→ ______________________________

10) 응, 나는 하노이 국립대학교 학생이야.

→ ______________________________

베트남어 소개

베트남의 공용어는 전체 인구의 **80**% 이상에 달하는 낑(**Kinh=Việt**)족의 언어이고, **53**개 소수민족 중 자신들의 고유한 언어를 가진 민족도 있다. 공식 표준어로 여겨지는 베트남어는 수도 하노이를 중심으로 한 북부 베트남어이다. 중남부 베트남어는 문법은 같지만, 발음, 성조와 어휘에서 약간의 차이를 보인다. 지리적으로 중국과 인접해 있으면서 오랫동안 중국의 영향을 받은 베트남어에도 한국어처럼 중국어의 영향이 남아있다. 한자를 빌려 사용했다는 점이 같고, 또 한자를 기반으로 한자의 음과 훈을 빌려 베트남식으로 다시 조합한 쯔 놈(**Chữ Nôm**)을 만들어 사용했다. 꾸옥 응으(**Quốc ngữ**, 國語)라고 불리는 알파벳을 이용한 현재의 표기법은 **17**세기 중반 프랑스인 신부 알렉산드르 드 로드(**Alexandre de Rhodes**)가 베트남에서의 선교활동을 위해 만든 것으로 **1900**년대 초에 프랑스 식민당국이 강제로 알파벳화 된 베트남어를 사용하게 하면서 대중화되기 시작했다.

베트남어의 특징은 첫째, 한 음절이 한 형태소가 될 수도 있다는 점이다. '**phát triển**(發展, 팟 찌엔)'은 한 단어이지만 음절 별로 띄어 쓴다. 둘째, 인칭, 성, 시제 등 문법적 특징에 의해서 단어의 형태, 또는 단어의 어미가 변하지 않는다. 또한 베트남어는 **6**개의 성조가 있는데 발음이 같더라도 성조가 다르면 단어의 뜻이 달라진다. 예를 들면 같은 스펠링이지만 **dấu nặng**인 **sạch**(싸익)은 '깨끗하다'는 의미이고, **dấu sắc**인 **sách**(싸익)은 '책'이라는 의미다. 이처럼 베트남어는 성조가 매우 중요한 언어임을 기억해야 한다.

Bài 2

일상생활 동사 I

학습목표

1. 항상, 자주, 보통 등 빈도 부사의 쓰임을 익혀 활용할 수 있다.
2. 과거, 근접 과거, 현재 진행 등 시제의 쓰임을 익혀 활용할 수 있다.

I 들어가기

오늘의 단어

ăn	먹다	ngủ	자다
nấu (ăn)	(요리)하다	thức dậy	일어나다
nói	말하다		

오늘의 문장

1) ăn

Tôi thường ăn tối với gia đình tôi.
나는 보통 가족과 함께 저녁을 먹는다.

Tôi đã ăn bún chả Việt Nam rồi.
나는 베트남 분짜를 먹었다.

Chúng tôi đang ăn trưa ở căn tin.
우리는 구내식당에서 점심을 먹고 있다.

2) nấu

Mẹ tôi nấu phở rất ngon.
내 어머니는 쌀국수를 매우 맛있게 요리하신다.

Tôi đã nấu món gà hầm sâm.
나는 삼계탕을 요리했다.

Chị Lan đang nấu nước pha trà.
Lan 누나/언니는 차를 내리기 위해 물을 끓이고 있다.

3) nói

Anh ấy luôn luôn nói nhanh.
그는 항상 말을 빨리 한다.

Nhiều người đã nói về phim đó.
많은 사람들이 그 영화에 대해 이야기했다.

Cậu có muốn nói với tớ phải không?
너는 나에게 말하기 원하지?

4) ngủ

Ông tôi mới đi ngủ trưa.
내 할아버지는 방금(막) 낮잠을 주무시러 갔다.

Trẻ em thường ngủ 8 tiếng.
어린이는 보통 8시간 잔다.

Tôi hay đi ngủ lúc 11 giờ đêm.
나는 주로 밤 11시에 자러 간다.

5) thức dậy

Tôi mới thức dậy.
나는 방금(막) 일어났다.

Tôi thường thức dậy lúc 7 giờ sáng.
나는 보통 아침 7시에 일어난다.

Hôm nay, con gái tôi thức dậy muộn.
오늘 내 딸은 늦게 일어났다.

새로운 단어

căn tin	구내식당	ngon	맛있다
con gái	딸	nhanh	빠르다
gà hầm sâm	삼계탕	nhiều	많다
lúc	~에(시간)	pha	끓이다
món ăn(=món)	음식	rất	너무, 매우
muốn	원하다	trà	차(茶)
muộn	늦다	về	에~ 관해, 돌아가다(오다)

연습문제

단어와 의미를 연결하세요.

giờ	맛있다
phim	시
ngon	원하다
muốn	영화
hôm nay	오늘

rất	소리, 시간…
tiếng	빠르다
muộn	너무, 매우
nước	늦다
nhanh	나라, 물

II 문법

1. 빈도 부사

'주어 + 빈도 부사 + 동사'의 형태로 사용한다.

빈도 부사	예문
luôn luôn 항상	Anh ấy luôn luôn nói nhanh. 그는 항상 말을 빨리 한다.
	Em Mai luôn luôn học chăm chỉ. Mai는 항상 열심히 공부한다.
hay 자주, 주로	Tôi hay đi ngủ lúc 11 giờ đêm. 나는 주로 밤 11시에 자러 간다.
	Tôi hay đi xem phim. 나는 자주 영화를 보러 간다.
thường (xuyên) 보통, 대개	Trẻ em thường ngủ 8 tiếng. 어린이는 보통 8시간 잔다.
	Tôi thường thức dậy lúc 7 giờ sáng. 나는 보통 아침 7시에 일어난다.

hay의 다른 쓰임

1) 형용사 '재미있다'의 의미로 사용한다.

Phim này rất hay.

이 영화는 매우 재미있다.

2) 선택 의문문으로 사용한다.

Cậu ăn phở hay ăn bún chả?

너는 쌀국수를 먹을래 아니면 분짜를 먹을래?

2. 시제

'주어 + 시제 + 동사 (+ 목적어)'의 형태로 사용한다.

시제		예문
과거	đã ~ rồi	**Tôi đã ăn bún chả Việt Nam rồi.** 나는 베트남 분짜를 먹었다.
		Nhiều người đã nói về phim đó. 많은 사람들이 그 영화에 대해 이야기 했다.
근접 과거	mới / vừa / vừa mới	**Tôi mới thức dậy.** 나는 방금(막) 일어났다.
		Ông tôi mới đi ngủ trưa. 내 할아버지는 방금(막) 낮잠을 주무시러 갔다.
현재 진행	đang	**Chị Lan đang nấu nước pha trà.** Lan 누나/언니는 차를 내리기 위해 물을 끓이고 있다.
		Chúng tôi đang ăn trưa ở căn tin 우리는 구내식당에서 점심을 먹고 있다.

* 과거 시제 **đã** ~ **rồi**는 따로 사용할 수 있으며, 이때 **đã**는 동사 앞, **rồi**는 문장 마지막에 위치한다.

● vừa와 mới의 다른 쓰임

1) mới(형용사) : '새롭다'의 의미로 사용한다.

Tôi mua xe máy mới.
나는 새 오토바이를 샀다.

2) vừa(동사) : '맞다, 어울리다'의 의미로 사용한다.

Cái mũ này vừa với chị lắm.
이 모자는 누나/언니에게 잘 맞는다.

연습문제

다음 문장을 베트남어로 적으세요.

1) 그는 항상 빨리 밥(cơm)을 먹는다.

→ ______________________________

2) 어제(hôm qua) 나는 늦게 자러 갔다.

→ ______________________________

3) Mai 누나/언니는 닭고기 쌀국수(phở gà)를 요리했다.

→ ______________________________

4) 나는 자주 친구와 함께 영화를 보러(xem) 간다.

→ ______________________________

5) 주말에(vào cuối tuần) 나는 보통 쇼핑(mua sắm)을 한다.

→ ______________________________

6) **Linh**은 꽤(**khá**) 천천히(**chậm**) 말한다.

→ ______________________________

7) **Tuấn** 할아버지(**ông**)는 항상 아침을 드신다.

→ ______________________________

8) 내 아버지는 낮잠을 주무시고 계신다.

→ ______________________________

9) 나는 구내식당에서 점심을 먹었다.

→ ______________________________

10) 내 남동생(**em trai**)은 베트남어를 공부하고 있다.

→ ______________________________

Ⅲ 읽기

새로운 단어

khi	~ 때	ngoài ra	또한, 이외에
nấu ăn	요리(하다)	quá trình	과정
nên	그래서, 따라서	sở thích	취미
ngày thường	평일	thích	좋아하다

다음 문장을 듣고 따라해 보세요.

Tôi thường thức dậy lúc 7 giờ sáng.

Tôi thích món ăn Việt Nam nên hay đi ăn phở.

Ngoài ra, sở thích của tôi là nấu ăn.

Khi nấu ăn, tôi thích nói về quá trình nấu ăn.

Ngày thường tôi đi ngủ lúc 11 giờ đêm.

동사의 의미를 생각하며 해석해 봅시다.

Tôi thường thức dậy lúc 7 giờ sáng.
나는 보통 아침 7시에 일어난다.

Tôi thích món ăn Việt Nam nên hay đi ăn phở.
나는 베트남 음식을 좋아해서 자주 쌀국수를 먹으러 간다.

Ngoài ra, sở thích của tôi là nấu ăn.
또한 내 취미는 요리이다.

Khi nấu ăn, tôi thích nói về quá trình nấu ăn.
요리할 때 나는 요리 과정에 대해 이야기하는 걸 좋아한다.

Ngày thường tôi đi ngủ lúc 11 giờ đêm.
평일에 나는 밤 **11**시에 자러 간다.

연습문제

다음을 듣고 문장을 완성하세요.

Tôi thường thức dậy (　　　　　　) 7 giờ (　　　　　　).

Tôi (　　　　　　) món ăn Việt Nam (　　　　　　) hay đi ăn phở.

(　　　　　　), sở thích của tôi là (　　　　　　).

(　　　　　　) nấu ăn, tôi thích nói về (　　　　　　) nấu ăn.

(　　　　　　) tôi đi ngủ lúc 11 giờ đêm.

다음 문장을 베트남어로 적으세요.

1) 점심에(**vào buổi trưa**) 나는 주로 **bánh mì**를 먹는다.

→ ______________________________

2) 나는 소고기 쌀국수(**phở bò**)를 요리하고 있다.

→ ______________________________

3) 내 여동생(**em gái**)는 보통 아침 **9**시에 학교에 간다.

→ ______________________________

4) 주말에 나는 늦게 일어난다.

→ ______________________________

5) 그는 항상 옳은(**đúng**) 말을 한다.

→ ______________________________

6) 고양이는 사람(con người) 보다(hơn) 많이 잔다.

→ ______________________________

7) 그녀는 커피(cà phê)를 내리기 위해 뜨거운(nóng) 물을 끓였다.

→ ______________________________

8) 나는 막 저녁을 먹었다.

→ ______________________________

9) 내 형/오빠(anh trai)는 보통 아침 7시에 일어난다.

→ ______________________________

10) 나와 내 친구는 한국 음식을 좋아한다.

→ ______________________________

북부 도시

I. 하노이(Hà Nội)

하노이는 베트남의 수도로 베트남 북부의 중심 도시다. 베트남 역대 왕조들은 이곳을 수도로 삼았다. 하노이는 정치, 문화, 교육 중심지일 뿐 아니라 오랜 역사로 한 기둥 사원(chùa Một Cột)과 문묘(Văn Miếu), 탕롱 황성(Hoàng thành Thăng Long) 등 다양한 유적지가 남아 있다. 하노이는 베트남의 영웅 호찌밍의 시신을 모신 호찌밍 박물관부터 민족 박물관, 역사박물관, 군사 박물관 등이 자리해 있다. 또한 호안끼엠 호수(hồ Hoàn Kiếm)와 거북 탑(Tháp Rùa)과 프랑스 건축 양식이 남아있는 오페라 하우스(Nhà hát Lớn)와 성 요셉 성당(Nhà thờ Lớn), 파는 물건의 이름을 딴 36거리, 오랜 역사를 가진 수상 인형극 등 볼거리가 가득한 도시이다.

II. 하롱 베이(Vịnh Hạ Long)

베트남 북동부 해안에 위치한 하롱 베이는 1,553km²에 걸쳐 약 1,960여 개의 크고 작은 섬들과 석회암 동굴들로 이루어져 있고, 섬 중 약 980개에는 이름이 붙여져 있다. 하롱 베이는 석회암과 편암으로 나뉘어 두 지역에 집중되어 있으며, 남동쪽 바이 뜨 롱 베이(vịnh Bái Tử Long) 인근에는 석회암 섬이, 남서쪽 하롱 베이 인근에는 편암으로 된 섬들이 모여있다. 약 2억 5천 년에서 2억 8천 년으로 추정되는 침식작용으로 형성된 이곳에는 닭싸움하는 형상을 닮은 하롱 베이에서 가장 유명한 혼 가 쪼이(hòn Gà Chọi), 두꺼비의 형상을 한 혼 꼰 꼭(hòn Con Cóc) 등과 씅 쏫 동굴(hàng Sửng Sốt), 더우 고 동굴(hang Đầu Gỗ) 등 다양한 바위섬과 동굴이 있다. 1994년 유네스코 세계자연유산에 등재된 하롱 베이는 경관이 빼어나게 아름다울 뿐만 아니라 생물학적으로도 많은 관심을 받고 있다.

Bài 3

행동 동사 I

학습목표

1. 미래 시제와 예정을 표현하는 định의 쓰임을 익혀 활용할 수 있다.
2. 행동의 완료 여부를 묻는 đã ~ chưa?와 의문사 언제(khi nào)의 쓰임을 익혀 활용할 수 있다.

I 들어가기

오늘의 단어

đặt	두다, 예약하다	**ngồi**	앉다
gặp	만나다	**viết**	쓰다
đứng	서다		

오늘의 문장

1) đặt

Tôi đặt báo thức lúc 6 giờ sáng.
나는 아침 6시에 알람을 맞췄다.

Tôi đặt tên cho con chó là Nu-ri.
나는 그 강아지의 이름을 누리라고 지었다.

Tôi chưa đặt vé máy bay đi Hà Nội.
나는 아직 하노이 가는 비행기 표를 예약하지 않았다.

2) gặp

A: **Khi nào cậu gặp thầy Hùng?**
언제 너는 **Hùng** 선생님을 만날 거야?

B: **Ngày mai tớ gặp thầy Hùng.**
내일 나는 **Hùng** 선생님을 만날 거야.

Tôi sẽ gặp chị Linh ở thư viện.
나는 도서관에서 **Linh** 누나/언니를 만날 것이다.

3) đứng

Em đứng xa một chút nhé.
얘야 조금 멀리 서 주렴.

Chị Lan là người đứng gần cửa.
Lan 누나/언니는 문 근처에 서 있는 사람이다.

Bạn ấy luôn luôn đứng sau tôi.
그 친구는 항상 내 뒤에 선다.

4) ngồi

Mời anh ngồi đây.
형/오빠 여기 앉으세요.

Tôi ngồi bên cạnh bạn Min-su.
나는 민수 옆에 앉았다.

Chúng tôi ngồi xung quanh bàn.
우리는 테이블 주변에 앉았다.

5) viết

Tôi sẽ viết thư cho bố mẹ.
나는 부모님에게 편지를 쓸 것이다.

Anh ấy thích viết lời bài hát.
그는 노래 가사 쓰기를 좋아한다.

Tôi định viết bài báo về Nam Cao.
나는 Nam Cao에 관해 기사를 쓸 예정이다.

새로운 단어

báo thức	알람, 깨우다	**lời**	말, 가사
bài báo	(신문) 기사	**mời**	초대(초청)하다
bài hát	노래	**thư**	편지
con chó	강아지, 개	**xung quanh**	주변, 주위의
gần	가깝다	**vé**	표

연습문제

단어와 의미를 연결하세요.

lời	노래
thư	주변, 주위
bài hát	말, 가사
xung quanh	내일
ngày mai	편지

mời	도서관
con chó	초청하다
báo thức	강아지, 개
thư viện	부모님
bố mẹ	알람, 깨우다

II 문법

1. 시제

1) '주어 + sẽ / sắp + 동사 (+ 목적어)'의 형태로 사용한다.

시제	예문
sẽ	**Tôi sẽ viết thư cho bố mẹ.** 나는 부모님에게 편지를 쓸 것이다.
	Chúng tôi sẽ đi ăn phở bò. 우리는 소고기 쌀국수를 먹으러 갈 것이다.
sắp (가까운 미래의 행위/동작)	**Tôi sắp gặp cô giáo của mình.** 나는 곧 선생님을 만날 것이다.
	Anh ấy sắp nấu món bulgogi. 그는 곧 불고기를 요리할 것이다.

sắp ~ rồi의 쓰임

곧 일어날 행위, 동작을 표현할 때 사용한다.

문형	예문
주어 + **sắp** + 동사 (+ 목적어) + **rồi**	**Tôi sắp viết xong bài tập rồi.** 나는 (곧) 숙제를 끝낼 것이다.
	Thầy Hùng sắp đến lớp rồi. **Hùng** 선생님은 (곧) 교실에 올 것이다.

2) 조동사 định

'~할 예정이다'의 의미다. 과거에 '~할 예정이었다'를 표현할 때는 과거 시제 **đã**와 함께 사용한다.

문형	예문
1) 주어 + **định** + 동사 (+ 목적어) 2) 주어 + **đã định** + 동사 (+ 목적어)	**Tôi định viết bài báo về Nam Cao.** 나는 **Nam Cao**에 관해 기사를 쓸 예정이다.
	Tôi đã định đặt chỗ nhà hàng. 나는 식당을 예약할 예정이었다.

2. 행위, 사건의 발생 여부 묻는 표현

어떠한 행위나 사건이 일어났는지 혹은 아직 일어나지 않았는지 여부를 묻는 표현이다.

	문형	예문
긍정문	주어 + **đã** + 동사 + **rồi**	**Tôi đã đặt vé máy bay đi Hà Nội rồi.** 나는 하노이 가는 비행기 표를 예약했다.
부정문	주어 + **chưa** + 동사	**Tôi chưa đặt vé máy bay đi Hà Nội.** 나는 아직 하노이 가는 비행기 표를 예약하지 않았다.
의문문	Q: 주어 + **đã** + 동사 + **chưa**? A: 긍정) **Rồi.** 부정) **Chưa.**	Q: **Cậu đã đặt vé máy bay đi Hà Nội chưa?** 너는 하노이 가는 비행기 표를 예약했니? A: 긍정) **Rồi.** 부정) **Chưa.**

3. 의문사 '언제'

Khi nào, bao giờ, lúc nào를 사용한다. 문장 앞에 위치하면 앞으로 일어날 사건의 시간을 묻는 표현이 되며, 미래 시제 **sẽ**와 함께 사용할 수 있다. 문장 마지막에 위치하면 이미 일어난 사건의 시간을 묻는 표현이 되며, 과거 시제 **đã**와 함께 사용할 수 있다.

	문형	예문
미래 시점	Q: **Khi nào** + 주어 + 동사? A: 미래 시점 + 주어 + 동사.	Q: Khi nào **cậu gặp thầy Hùng**? 언제 너는 **Hùng** 선생님을 만날 거야? A: Ngày mai **tớ gặp thầy Hùng.** 내일 나는 **Hùng** 선생님을 만날 거야.
과거 시점	Q: 주어 + 동사 + **khi nào**? A: 주어 + 동사 + 과거 시점.	Q: **Cậu gặp thầy Hùng** khi nào? 너는 **Hùng** 선생님을 언제 만났어? A: **Tớ gặp thầy Hùng** hôm qua. 나는 **Hùng** 선생님을 어제 만났어.

연습문제

다음 문장을 베트남어로 적으세요.

1) 나는 하노이에 살았었다.

→ ______________________________

2) 나는 영어공부를 할 것이다.

→ ______________________________

3) 나는 아직 점심을 먹지 않았다.

→ ______________________________

4) 나는 곧 친구와 저녁을 먹으러 갈 것이다.

→ ______________________________

5) 언제 우리(**chúng tôi**)는 숙제를 내야(**nộp**) 해?

→ ______________________________

6) 다음 주(tuần sau) 수요일(thứ tư)에 우리는 숙제를 내야 해.

→ ____________________

7) 너(bạn)는 (친구) Mai에게 이야기 했어?

→ ____________________

8) 아직. 나는 아직 (친구) Mai에게 이야기 안 했어.

→ ____________________

9) 너(cậu)는 다낭(Đà Nẵng)에 언제 살았어?

→ ____________________

10) 나(tớ)는 다낭에 작년(năm ngoái)에 살았어.

→ ____________________

Ⅲ 읽기

새로운 단어

đầu	머리, 초(初), 처음	**tháng sau**	다음달
đi du lịch	여행가다	**thế**	그럼, 그렇다면
máy bay	비행기	**vé**	표, 티켓

다음 문장을 듣고 따라해 보세요.

A: Tớ định đi du lịch Đà Lạt.

B: Khi nào cậu đi Đà Lạt?

A: Đầu tháng sau, tớ sẽ đi.

B: Thế cậu đặt vé máy bay đi Đà Lạt chưa?

A: Chưa, cuối tuần tớ sẽ đặt vé.

동사의 의미를 생각하며 해석해 봅시다.

A: Tớ định đi du lịch Đà Lạt.
나는 달랏으로 여행을 갈 예정이야

B: Khi nào cậu đi Đà Lạt?
언제 너는 달랏을 갈 예정이야

A: Đầu tháng sau, tớ sẽ đi.
다음달 초에 나는 가려고 해

B: Thế cậu đặt vé máy bay đi Đà Lạt chưa?
그럼 너는 달랏 가는 비행기 표 예약 했어

A: Chưa, cuối tuần tớ sẽ đặt vé.
아직, 주말에 나는 예약하려고 해

연습문제

다음을 듣고 문장을 완성하세요.

A : Tớ định (   ) Đà Lạt.

B : (   ) cậu đi Đà Lạt?

A : (   ), tớ sẽ đi.

B : Thế cậu đặt (   ) đi Đà Lạt chưa?

A : Chưa, (   ) tớ sẽ đặt vé.

다음 문장을 베트남어로 적으세요.

1) 나는 아직 숙제(쓰기)를 끝내지(xong) 못했다.

→ ______________________________

2) 나는 친구와 영화관(rạp chiếu phim)에서 만날 예정이다.

→ ______________________________

3) 할아버지는 손녀(cháu gái)의 이름을 **Ru-ah**로 지었다.

→ ______________________________

4) 너(cậu)는 **Nga** 선생님을 만났어?

→ ______________________________

5) 아직, 오늘 오후(chiều)에 나(tớ)는 **Nga** 선생님을 만날 거야.

→ ______________________________

6) **Mai**는 책상 가까이에 서 있는 친구이다.

→ ______________________________

7) 누나/언니는 여기에 앉으세요.

→ ______________________________

8) 언제 너(**cậu**)는 점심을 먹었어?

→ ______________________________

9) 나(**tớ**)는 방금(막) 점심을 먹었어.

→ ______________________________

10) 나는 **Hà Nội**에 갈 예정이었다.

→ ______________________________

북부 도시

III. 사빠(Sa Pa)

사빠는 중국과 국경을 이루는 라오 까이(Lào Cai) 성의 해발 1,650m의 고산지대로 베트남에서 가장 높은 호앙 리엔 썬(Hoàng Liên Sơn)산맥에 둘러싸여 있다. 사빠에는 흐몽(H'Mông), 자오 도(Dao đỏ), 따이(Tày) 등 소수민족이 거주하고 있다. 사빠는 고산지대에 위치해 여름에도 무덥지 않고 겨울에는 눈이 내리고 한파가 몰아칠 정도로 춥다. 봄과 가을에 여행 가기가 좋고 특히 곡식이 익어갈 즈음 사빠의 아름다움은 절정을 이룬다. 인도차이나반도에서 가장 높은 판씨빵(Phan Xi Păng; 3,143m)산을 케이블카로 올라갈 수 있고, 소수민족 마을 하이킹, 소수민족의 전통시장 박하 일요 시장(chợ Bắc Hà) 등을 즐길 수 있다. 또한 사빠 시내의 시장에서는 소수민족의 다양한 전통 의상과 악기, 음식들을 만날 수 있다.

IV. 짱 안 경관 단지(Quần thể danh thắng Tràng An)

짱 안 경관 단지는 닝 빙(Ninh Bình)성에 위치한 고대 베트남의 유적지와 간헐적으로 계곡물이 침습하여 형성된 석회암 카르스트로 이루어진 자연 경관이 아름다운 곳이다. 짱 안 경관 단지는 호아 르 고대 수도(cố đô Hoa Lư), 땀 꼭 - 빅 동(Tam Cốc - Bích Động), 바이 딩 사원(chùa Bái Đính) 등을 포함한다. 딩(Đinh) 왕조의 수도였던 호아 르에는 여러 왕조에 걸쳐 조성된 궁궐, 사원과 탑 등이 있다. 매년 음력 3월 10일에는 옛 왕들을 기리는 쯔엉 이엔 축제(lễ hội Trường Yên)가 열린다. 땀 꼭-빅 동은 강을 따라 좌우로 깎아지른 듯한 절벽과 바위 산들이 겹겹이 이어져 있고 바위산 아래로는 여러 개의 수상 동굴이 있다. 이곳은 베트남 북부 최대의 자연 생태습지로 육지의 하롱 베이로 불리기도 한다. 짱 안 경관 단지는 2014년 유네스코 세계복합 유산에 등재되었다.

MEMO

Bài
4

취미 동사 I

학습목표

1. 의문사 무엇, 무슨(gì)과 누가, 누구(ai)의 쓰임을 익혀 활용할 수 있다.
2. 상관 어구 vừa A vừa B의 쓰임을 익혀 활용할 수 있다.

I 들어가기

오늘의 단어

đọc	읽다	nghe	듣다
hát	노래하다	nhảy	뛰다, 춤추다
chơi	놀다, 연주하다		

오늘의 문장

1) đọc

A : Cậu đang đọc sách gì?
너는 무슨 책을 읽고 있어?

B : Tớ đang đọc *Chí Phèo* của Nam Cao.
나는 Nam Cao의 Chí Phèo를 읽고 있어.

Sở thích của tôi là đọc sách.
내 취미는 책 읽기(독서)이다.

2) hát

Mẹ hát cho em bé ngủ.
어머니는 아기가 자도록 노래했다.

A : Ai đang hát bài "Bèo dạt mây trôi"?
누가 '구름처럼 흩어진 부평초'를 부르고 있지?

B : Bạn Tuấn đang hát bài ấy.
Tuấn이 그 노래를 부르고 있어.

3) chơi

A : Con chơi bóng đá với ai?
너는 누구와 축구를 하니?

B : Con chơi bóng đá với các bạn trong lớp.
저는 반 친구들과 축구를 해요.

Dạo này, tôi luyện chơi piano.
요즘 나는 피아노 연습을 하고 있다.

4) nghe

A : Anh thích nghe loại nhạc gì?
형/오빠는 무슨 음악 장르 (듣는 걸) 좋아하세요?

B: Tôi thích nghe nhạc cổ điển.
나는 클래식 음악 듣는 걸 좋아해.

Tôi vừa nghe nhạc vừa viết thư.
나는 음악을 들으면서 편지를 쓴다.

5) nhảy

Bạn Linh nhảy giỏi lắm.
Linh은 춤을 매우 잘 춘다

Em Lan đang vừa hát vừa nhảy.
Lan은 노래를 부르며 춤을 추고 있다.

Bạn ấy nói tôi nhảy qua con suối.
그 친구는 나에게 시냇물을 건너 뛰자고 이야기 했다.

새로운 단어

ấy	그, 그것, 그분	**giỏi**	잘하다
bóng đá	축구	**loại**	범주, 종류
các	~들(명사의 복수)	**lớp**	교실, 학년
con suối	개울, 시내	**luyện**	연습하다
cổ điển	고전(적인)	**qua**	건너다, 통과하다
em bé	아기	**trong**	~안(에)

연습문제

단어와 의미를 연결하세요.

giỏi	범주, 종류
con suối	고전(적인)
luyện	잘하다
loại	개울, 시내
cổ điển	연습하다

trong	~안(에)
bóng đá	교실, 학급
sách	책
lớp	아기
em bé	축구

Ⅱ 문법

1. 의문사 '무엇', '무슨'

의문사 **gì**는 '무엇', '무슨'의 의미로 사용한다. 의문사 자리에 '무엇', '무슨'에 해당하는 동사나 명사를 넣어서 대답하면 된다.

문형	예문
Q: 주어 + 동사 + **gì**? A: 주어 + 동사 + 무엇.	**A: Em học gì?** 너는 무엇을 공부하니? **B: Em học tiếng Việt.** 저는 베트남어를 공부해요.
	A : Cậu đang ăn gì? 너는 무엇을 먹고 있어? **B : Tớ đang ăn phở bò.** 나는 소고기 쌀국수를 먹고 있어.
Q: 주어 + 동사 + 명사 + **gì**? A: 주어 + 동사 + 명사 + 무엇.	**A : Cậu đang đọc sách gì?** 너는 무슨 책을 읽고 있어? **B : Tớ đang đọc *Chí Phèo* của Nam Cao.** 나는 **Nam Cao**의 **Chí Phèo**를 읽고 있어.
	A : Anh thích nghe loại nhạc gì? 형/오빠는 무슨 음악 장르 (듣는 걸)를 좋아하세요? **B : Tôi thích nghe nhạc cổ điển.** 나는 클래식 음악 듣는 것을 좋아해.

2. 의문사 '누가', '누구를'

의문사 ai는 문장의 주어 자리에 위치하면 '누가', 목적어 자리에 위치하면 '누구를'로 해석한다.

문형	예문
Q: Ai + 동사 (+ 목적어)? A: 대상 + 동사 (+ 목적어).	A : Ai đang hát bài "Bèo dạt mây trôi"? 누가 '구름에 흩어진 부평초'를 부르고 있지? B : Bạn Tuấn đang hát bài ấy. Tuấn이 그 노래를 부르고 있어.
	A : Ai đang nấu món bulgogi? 누가 불고기를 만들고 있지? B : Chị Mai đang nấu món đó. Mai 누나/언니가 불고기를 만들고 있어.
Q: 주어 + 동사 + ai? A: 주어 + 동사 + 대상.	A : Con chơi bóng đá với ai? 너는 누구와 축구를 하니? B : Con chơi bóng đá với các bạn trong lớp. 저는 반 친구들과 축구를 해요.
	A : Ngày mai chị gặp ai? 내일 누나/언니는 누구를 만나요? B : Ngày mai chị gặp cô Lan. 내일 나는 Lan 선생님을 만날 거야.

3. 상관 어구 vừa A vừa B

동시에 발생하는 두 가지의 행동을 표현할 때 사용하며, '~하면서 ~하다'의 의미다.

문형	예문
주어 + vừa + 동사¹ + vừa + 동사²	Tôi vừa nghe nhạc vừa viết thư. 나는 음악을 들으면서 편지를 쓴다.
	Em Lan đang vừa hát vừa nhảy. Lan은 노래를 부르며 춤을 추고 있다.

연습문제

다음 문장을 베트남어로 적으세요.

1) 나는 힙합 춤을 배고 있다.

→ ______________________________

2) 나는 방금 **Truyện Kiều**를 읽었다.

→ ______________________________

3) **Lan**은 바이올린(**đàn vi-ô-lông**)을 연주할 줄 안다.

→ ______________________________

4) 누가 '**Người lạ ơi**'를 부르고 있지?

→ ______________________________

5) (친구) **Hùng**이 그 노래를 부르고 있어.

→ ______________________________

6) 누나/언니는 어떤 음악 장르 (듣는 걸)를 좋아하세요?

→ ______________________________

7) 나는 재즈 음악 듣는 걸 좋아해.

→ ______________________________

8) 이번 주말(**cuối tuần này**)에 나는 친구들과 농구(**bóng rổ**)를 할 것이다.

→ ______________________________

9) 그녀는 노래를 부르며 춤을 춘다.

→ ______________________________

10) 나는 **TV**를 보며 밥을 먹는다.

→ ______________________________

Ⅲ 읽기

새로운 단어

cũng	또한, 역시	**hơn**	더, ~보다
nhưng	그러나		

다음 문장을 듣고 따라해 보세요.

A: Sở thích của bạn là gì?

B: Sở thích của tôi là hát và chơi piano. Còn bạn?

A: Tôi cũng thích hát nhưng thích nghe nhạc hơn.
Tôi thường vừa nghe nhạc vừa làm bài tập.

동사의 의미를 생각하며 해석해 봅시다.

A: Sở thích của bạn là gì?
네 취미는 무엇이니?

B: Sở thích của tôi là hát và chơi piano. Còn bạn?
내 취미는 노래와 피아노 연주야. 너는?

A: Tôi cũng thích hát nhưng thích nghe nhạc hơn.
나도 노래를 좋아하지만 음악 듣기를 더 좋아해.

Tôi thường vừa nghe nhạc vừa làm bài tập.
나는 보통 음악을 들으면서 숙제를 해.

연습문제

다음을 듣고 문장을 완성하세요.

A: (   ) của bạn là gì?

B: Sở thích của tôi là (   ) và (   ) piano. (   ) bạn?

A: Tôi (   ) thích hát (   ) thích (   ) nhạc hơn.

Tôi thường (   ) nghe nhạc (   ) làm bài tập.

다음 문장을 베트남어로 적으세요.

1) 나는 책을 읽으며 음악을 듣는다.

→ ____________________

2) 나는 춤추는 걸 좋아한다.

→ ____________________

3) 누가 첼로(cello)를 연주하고 있지?

→ ____________________

4) (친구) 민수가 첼로를 연주하고 있어.

→ ____________________

5) 내 아버지의 취미는 클래식 음악 듣기다.

→ ______________________________

6) 그 누나/언니는 경제(kinh tế) 잡지(tạp chí)를 읽고 있다.

→ ______________________________

7) 너(cậu)는 무슨 스포츠(môn thể thao) 하는 걸 좋아해?

→ ______________________________

8) 나(tớ)는 야구(bóng chày)하는 걸 좋아해.

→ ______________________________

9) 우리는 시냇물을 뛰어 넘었다.

→ ______________________________

10) 내 남동생(em trai)는 숙제를 하며 음악을 듣는다.

→ ______________________________

Văn hoá Việt Nam

Chí Phèo của Nam Cao

Nam Cao (1917 ~ 1951년)

본명은 **Trần Hữu Trí**이며, 리얼리즘 계열을 대표하는 작가이다.
1930년 중반 이후 식민지 사회의 현실과 노동자 농민 등 당대인의 삶의 모습을 사실적으로 묘사한 작가이다.

Chí Phèo (1941년)

Nam Cao를 대표하는 단편소설 제목이자 소설 주인공의 이름이기도 하다. 원제목은 '잘 어울리는 한 쌍(**Đôi lứa xứng đôi**)'이며, 베트남 사회의 가난한 사람의 비극을 사실적으로 묘사한 작품이다. 작가 남 까오는 찌 패오의 비참한 처지를 보여줌으로써 농촌에서 벌어지는 계급 간의 갈등을 부각시키며, 하층민의 '굶주림'과 '죽음'을 베트남 사회를 들여다보는 거울로 삼고자 했다. 또한 이 작품은 **11**학년 어문(**Ngữ Văn**) 교과서에 수록되어 있다.

MEMO

Bài 5

일상생활 동사 Ⅱ

학습목표

1. 원인과 결과를 나타내는 상관 어구 **vì A nên B**의 쓰임을 익혀 활용할 수 있다.
2. A가 끝난 후 바로 B가 이어짐을 나타내는 상관 어구 **hết A đến B**의 쓰임을 익혀 활용할 수 있다.
3. 시간 부사의 쓰임을 익혀 활용할 수 있다.

I 들어가기

오늘의 단어

giặt	빨다, 세탁하다	**đánh răng**	양치질하다
rửa	닦다, 씻다	**quét dọn**	쓸다, 청소하다
tắm	샤워하다		

오늘의 문장

1) giặt

Chị ấy hết giặt quần áo đến quét dọn nhà.
그녀는 빨래를 끝내고 집 청소를 했다.

Vì thời tiết xấu nên giặt quần áo chưa khô.
왜냐하면 날씨가 좋지 않기 때문에 빨래한 옷이 아직 마르지 않았다.

Vì giày thể thao của mình bẩn nên cần giặt.
왜냐하면 내 운동화가 더럽기 때문에 세탁이 필요하다.

2) rửa

Mẹ nấu ăn thì bố tôi rửa bát.
어머니가 요리를 하면 아버지가 그릇을 씻는다(설거지한다).

Tôi rửa mặt ngay khi ngủ dậy.
나는 일어나면 바로 얼굴을 씻는다(세수한다).

Trước khi ăn cơm, chúng tôi rửa tay.
밥을 먹기 전에 우리는 손을 씻는다.

3) tắm

Em gái tôi thích tắm nước nóng.
내 여동생은 뜨거운 물로 샤워하는 걸 좋아한다.

Trước khi đi ngủ, tôi luôn luôn tắm.
자러 가기 전에 나는 항상 샤워 한다.

Vào mùa hè, tôi tắm hai lần một ngày.
여름에 나는 하루에 두 번 샤워한다.

4) đánh răng

Nhiều em bé không thích đánh răng.
많은 아기들은 양치질을 좋아하지 않는다.

Sau khi ăn cơm, tôi luôn luôn đánh răng.
밥을 먹은 후 나는 항상 양치질을 한다.

Tôi đánh răng cho con mèo hai lần một tuần.
나는 일주일에 두 번 고양이의 이를 닦는다(양치질 시킨다).

5) quét dọn

Anh ấy hết rửa bát đến quét dọn nhà.
그는 설거지를 끝내고 집 청소를 한다.

Tôi thường tự quét dọn phòng mình.
나는 보통 내 방을 스스로 청소한다.

Vào cuối tuần, tôi thường quét dọn sân nhà.
주말에 나는 보통 집 마당을 청소한다.

새로운 단어

bát	그릇	**ngay**	곧, 바로, 즉시
bẩn	더럽다	**sân**	마당
cần	필요하다	**tay**	손
giày thể thao	운동화	**tự**	스스로
khô	건조하다	**thời tiết**	날씨
lần	번, 회(回)	**thì**	~(하)면
mặt	얼굴, 면	**xấu**	나쁘다, 못생기다

연습문제

단어와 의미를 연결하세요.

ngay	스스로
tự	날씨
thời tiết	건조하다
khô	곧, 바로
bẩn	더럽다

xấu	얼굴
giày thể thao	안 좋다
mặt	그릇
tay	운동화
bát	손

II 문법

1. 상관 어구 Vì A nên B

원인과 결과를 나타내며, '(왜냐하면) A하기 때문에 B하다'의 의미다.

문형	예문
Vì + 주어 + 동사 + nên + 주어 + 동사	**Vì thời tiết xấu nên giặt quần áo chưa khô.** (왜냐하면) 날씨가 좋지 않기 때문에 빨래한 옷이 마르지 않았다.
	Vì tôi muốn làm việc ở Mỹ nên học tiếng Anh. (왜냐하면) 나는 미국에서 일하기를 원하기 때문에 영어를 공부한다.
주어 + 동사 + nên + 주어 + 동사	**Thời tiết xấu nên giặt quần áo chưa khô.** 날씨가 좋지 않기 때문에 빨래한 옷이 마르지 않았다.
	Tôi muốn làm việc ở Mỹ nên học tiếng Anh. 나는 미국에서 일하기를 원하기 때문에 영어를 공부한다.
주어 + 동사 + vì + 주어 + 동사	**Giặt quần áo chưa khô vì thời tiết xấu.** 빨래한 옷이 마르지 않은 건 날씨가 좋지 않기 때문이다.
	Tôi học tiếng Anh vì muốn làm việc ở Mỹ. 내가 영어 공부를 하는 것은 미국에서 일하기를 원하기 때문이다.

* 주어가 같을 경우에는 둘 중 하나를 생략할 수 있으며, 문장 시작의 **vì** 또한 생략할 수 있다. 결과와 원인의 순서로 문장을 바꿀 수 있으며, 이때는 **nên**을 생략해야 한다.

2. 상관 어구 hết A đến B

A가 끝난 후 바로 B가 이어짐을 나타내며, '~고 ~하다' 또는 '~(하)자마자 ~하다'의 의미다.

문형	예문
주어 + **hết** + 동사[1] + **đến** + 동사[2]	**Chị ấy hết giặt quần áo đến quét dọn nhà.** 그녀는 빨래를 끝내고 / 끝내자마자 집 청소를 한다.
	Anh ấy hết rửa bát đến quét dọn nhà. 그는 설거지를 끝내고 / 끝내자마자 집 청소를 한다.

3. 시간 부사

	문형	예문
trước khi **~전(에)**	**Trước khi** (+주어) + 동사, 주어 + 동사	**Trước khi ăn cơm, chúng tôi rửa tay.** 밥을 먹기 전에 우리는 손을 씻는다.
		Trước khi đi ngủ, tôi luôn luôn tắm. 자러 가기 전에 나는 항상 샤워를 한다.
trong khi **~중(에)**	**Trong khi** (+주어) + 동사, 주어 + 동사	**Trong khi rửa bát, mẹ tôi nghe nhạc.** 설거지를 하는 동안 어머니는 음악을 듣는다.
		Trong khi học tiếng Việt, tôi không nói gì. 베트남어를 공부하는 동안 나는 아무 말도 하지 않았다.
sau khi **~후(에)**	**Sau khi** (+주어) + 동사, 주어 + 동사	**Sau khi ăn cơm, tôi luôn luôn đánh răng.** 밥을 먹은 후에 나는 항상 양치질을 한다.
		Sau khi học tiếng Anh, em ấy đi chơi bóng đá. 영어 공부를 한 후 그 아이는 축구를 하러 갔다.

* 주어가 동일한 경우 하나는 생략할 수 있으며, '주어 + 동사 + **trước khi** / **trong khi** / **sau khi** + 주어 동사'의 형태로 순서를 바꿔서 사용할 수 있다.

연습문제

다음 문장을 베트남어로 적으세요.

1) 나는 보통 일주일에 세 번 빨래를 한다.

→ ______________________________

2) 설거지를 하는 동안 나는 음악을 듣는다.

→ ______________________________

3) 내 강아지는 양치질을 좋아하지 않는다.

→ ______________________________

4) 나는 설거지를 끝내자마자 샤워를 했다.

→ ______________________________

5) (왜냐하면) 나는 늦게 일어났기 때문에 학교에 늦게 갔다(지각했다).

→ ______________________________

6) 식사 후 나는 바로 설거지를 한다.

→ ______________________________

7) 자러 가기 전에 나는 방 청소를 한다.

→ ______________________________

8) 주말에 나는 항상 집 마당 청소를 한다.

→ ______________________________

9) 그는 세수를 끝내자마자 샤워를 한다.

→ ______________________________

10) (왜냐하면) 날씨가 나빴기 때문에 나는 옷을 세탁하지 않았다.

→ ______________________________

Ⅲ 읽기

새로운 단어

ăn cơm	식사하다, 밥을 먹다	xong	끝내다
hoặc	(평서문) 혹은		

다음 문장을 듣고 따라해 보세요.

Sau khi thức dậy, tôi luôn luôn rửa mặt và đánh răng.

Sau khi ăn cơm xong, tôi thường rửa bát ngay.

Tôi thường quét dọn phòng trước khi tắm.

Tôi thường giặt quần áo hai hoặc ba lần một tuần.

동사의 의미를 생각하며 해석해 봅시다.

Sau khi thức dậy, tôi luôn luôn rửa mặt và đánh răng.
일어난 후에 나는 항상 세수와 양치질을 한다.

Sau khi ăn cơm xong, tôi thường rửa bát ngay.
밥을 먹고 난 후 나는 보통 바로 설거지를 한다.

Tôi thường quét dọn phòng trước khi tắm.
나는 보통 샤워를 하기 전에 방 청소를 한다.

Tôi thường giặt quần áo hai hoặc ba lần một tuần.
나는 보통 일주일에 두 번 혹은 세 번 옷을 세탁한다.

연습문제

다음을 듣고 문장을 완성하세요.

Sau khi thức dậy, tôi luôn luôn rửa mặt và (   ).

Sau khi ăn cơm (   ), tôi thường rửa bát ngay.

Tôi thường (   ) phòng trước khi tắm.

Tôi thường (   ) hai hoặc ba (   ) một tuần.

다음 문장을 베트남어로 적으세요.

1) 그는 빨래를 끝내자마자 집 청소를 한다.

→ ____________________

2) 내가 세탁을 한 건 옷이 더럽기 때문이다.

→ ____________________

3) 나는 하루 세 번 양치질을 한다.

→ ____________________

4) 세수를 한 후 나는 아침을 먹는다.

→ ____________________

5) 나는 스스로 더러운 운동화를 세탁한다.

→ ____________________

6) 나는 아침에 일어난 후 샤워를 한다.

→ ______________________________

7) 어머니는 하루 한 번 집 청소를 한다.

→ ______________________________

8) 청소를 하는 동안 나는 음악을 듣는다.

→ ______________________________

9) 밥 먹은 후 우리는 바로 양치질을 한다.

→ ______________________________

10) 자러 가기 전에 나는 신문을 읽는다.

→ ______________________________

중부 도시

I. 호이안 (Hội An)

호이안은 꾸앙 남(Quảng Nam)성 해안 평야 투 본 강(sông Thu Bồn)에 위치한 작은 항구도시로 전통적인 동남아시아 무역항의 모습이 유일하게 훼손되지 않고 보존되어 있다. 베트남, 중국, 일본의 영향을 받은 조화로운 양식을 선보이는 중세 시대의 가옥, 마을회관, 사찰, 우물 등의 건축물들은 19세기 초 복원 작업을 거친 것으로 추정된다. 지금도 지역 고유의 전통 생활방식, 종교, 관습, 음식 등이 유지되고 있어 주변 마을에서 전통 목공, 청동 제조 및 도자기 공예품 등을 접할 수 있고 해마다 개최되는 다양한 축제를 만날 수 있다. 특히 매월 14일 밤에 열리는 '호이 안의 밤' 축제에서 다양한 호이 안의 전통과 문화를 경험 할 수 있다. 호이 안 구시가지(phố cổ Hội An)는 1999년 유네스코 세계문화유산에 등재되었다.

II. 미 썬 유적(Thánh địa Mỹ Sơn)

베트남 중부 꾸앙 남(Quảng Nam,)성 주이 쑤엔(Duy Xuyên)현에 위치한 미 썬 유적은 베트남에서 발견된 4~14세기에 인도의 힌두교에 정신적 뿌리를 둔 약 220개의 참(Chăm)족 유물 중 71개의 기념물과 32개의 묘비가 있다. 이는 참 파(Chăm Pa) 왕국이 동남아시아의 역사에 정치적·문화적으로 중요한 위치를 차지했다는 사실과 인도와의 교류가 있었다는 것을 알 수 있게 한다. 10~13세기까지 세워진 8개의 탑 사원은 힌두 신화를 묘사한 사암으로 장식되어 있고 메인 탑(kalan)은 우주의 중심에 있는 신성한 산(meru)을, 기단(bhurloka)은 인간 세계를 표현하고 있다. 사라진 아시아 문명의 고유함과 문화적 가치를 볼 수 있는 미 썬 유적은 1999년 유네스코 세계문화유산에 등재되었다.

Bài
6

취미 동사 II

학습목표

1. 상관 어구 không những A mà còn B (nữa)의 쓰임을 익혀 활용할 수 있다.
2. 의문사 어디(đâu)와 빈도 부사의 쓰임을 익혀 활용할 수 있다.

I 들어가기

오늘의 단어

vẽ	그리다	chụp	(사진) 찍다
bơi	수영하다	đánh	(악기, 스포츠) 치다
leo	오르다, 등산하다		

오늘의 문장

1) vẽ

Tôi vẽ hình một con hổ.
나는 호랑이 그림을 그린다.

Em ấy học vẽ được 3 năm rồi.
그 애는 그림 공부를 한지 3년 되었다.

Lan không những vẽ đẹp mà còn đánh piano giỏi.
Lan은 그림을 잘 그릴 뿐만 아니라 피아노도 잘 친다.

2) bơi

Tôi không bao giờ bơi.
나는 (전혀) 수영을 하지 않는다.

A: **Cậu đi bơi ở đâu?**
너는 어디로 수영하러 가?

B: **Tớ bơi trong bể bơi ở trường tớ.**
나는 학교에 있는 수영장에서 수영 해.

3) leo

Cả gia đình tôi ít khi leo núi.
우리 가족은 거의 등산을 하지 않는다.

Bố tôi leo lên mái nhà sửa lại mái nhà.
아버지는 지붕 위에 올라가 지붕을 수리했다.

Anh ấy leo lên đỉnh núi Phan Xi Păng.
그는 판시빵 산 정상에 올랐다.

4) chụp

Giới trẻ thích chụp ảnh selfie. (= chụp ảnh tự sướng).
젊은 사람들은 셀카 찍는 것을 좋아한다.

Tôi thích ngắm cảnh nên cũng thích chụp ảnh.
나는 풍경을 보는 것을 좋아해서 사진 찍는 것도 좋아한다.

Cô ấy đã chụp X-quang để xét nghiệm bệnh lao.
그녀는 결핵 검사를 위해 엑스레이를 찍었다.

5) đánh

Mẹ tôi thỉnh thoảng đi đánh gôn.
어머니는 가끔 골프를 치러 가신다.

Những ngày này, tôi hiếm khi đánh piano.
요즘 나는 피아노를 드물게 친다(거의 안 친다).

Mai không những đánh piano mà còn đánh ghi-ta nữa.
Mai는 피아노를 칠 뿐만 아니라 기타도 친다(연주한다).

새로운 단어

ảnh	사진, 영상	**lên**	~위에, 오르다
bể bơi	수영장	**mái nhà**	지붕
bệnh lao	결핵	**ngắm**	보다, 감상하다
cảnh	장면, 풍경	**những ngày này**	요즘, 최근에
đỉnh	정상, 꼭대기	**sửa lại**	수리하다
để	~하기 위해	**tự sướng**	셀카 찍다
gôn	골프	**trường**	학교(=trường học)
giới trẻ	젊은 세대(사람)	**X-quang**	엑스레이
hình	모양, 형상	**xét nghiệm**	(임상) 검사하다

연습문제

단어와 의미를 연결하세요.

giới trẻ •	• 사진, 영상
sửa lại •	• 젊은 세대
ảnh •	• 지붕
đỉnh •	• 수리하다
mái nhà •	• 정상, 꼭대기

bể bơi •	• ~위에, 오르다
lên •	• 검사하다
cảnh •	• 수영장
xét nghiệm •	• 장면, 풍경
ngắm •	• 보다, 감상하다

Ⅱ 문법

1. 상관 어구 không những A mà còn B

성격, 성질 등 두 가지 요소를 이야기할 때 사용하며 'A할 뿐 아니라 B하다'의 의미다.

문형	예문
주어 + không những + 동사[1] + mà còn + 동사[2]	Mai không những đánh piano mà còn đánh ghi-ta nữa. Mai는 피아노를 칠 뿐만 아니라 기타도 친다.
	Tôi không những học tiếng Việt mà còn học tiếng Anh. 나는 베트남어를 공부할 뿐 아니라 영어도 공부한다.

* 문장 마지막에 **nữa**를 붙여서 강조의 의미를 더할 수 있다.

2. 의문사 '어디'

Đâu를 사용하며, **ở**(~에, ~에 있다)와 결합한 **ở đâu**의 형태와 **đi**(가다)와 결합한 **đi đâu**의 형태가 있다.

	문형	예문
~ ở đâu	Q: 주어 + ở đâu? A: 주어 + ở 장소.	A: Thầy Hùng đang ở đâu? Hùng 선생님은 어디에 계십니까? B: Thầy Hùng đang ở phòng họp. Hùng 선생님은 회의실에 계십니다.
	Q: 주어 + 동사 + ở đâu? A: 주어 + 동사 + ở 장소.	A: Cậu đi bơi ở đâu? 너는 어디로 수영하러 가? B: Tớ bơi trong bể bơi ở trường tớ. 나는 학교에 있는 수영장에서 수영 해.

~ đi đâu	Q: 주어 + **đi đâu**? A: 주어 + **đi** 장소.	A: **Bây giờ cậu đi đâu**? 지금 너 어디가? B: **Bây giờ tớ đi thư viện**.(장소) 지금 나는 도서관에 가.
		A: **Cậu đang đi đâu**? 지금 너 어디가? B: **Tớ đang đi ăn cơm**. (목적) 지금 나는 도서관에 가.

* 시제와 함께 사용할 수 있다.

3. 빈도 부사

'주어 + 빈도 부사 + 동사'의 형태로 사용한다.

빈도 부사	예문
thỉnh thoảng 가끔, 때때로	Mẹ tôi thỉnh thoảng đi đánh gôn. 어머니는 가끔 골프를 치신다.
	Tôi thỉnh thoảng nghe nhạc Jazz. 나는 가끔 재즈 음악을 듣는다.
đôi khi 때때로, 이따금	Tôi đôi khi không ăn sáng. 나는 이따금 아침을 안 먹는다.
	Bạn ấy đôi khi đến lớp muộn. 그 친구는 이따금 교실에 늦게 온다.(지각한다)
ít khi (=hiếm khi) 드물게, 거의 (~하지 않는)	Cả gia đình tôi ít khi leo núi. 우리 가족은 거의 등산을 하지 않는다.
	Những ngày này, tôi hiếm khi đánh piano. 요즘 나는 드물게 피아노를 친다.(거의 안 친다.)
không bao giờ 전혀 ~하지 않는	Tôi không bao giờ bơi. 나는 (전혀) 수영을 하지 않는다.
	Anh trai tôi không bao giờ hút thuốc lá. 형/오빠는 전혀 담배를 피우지 않는다.

연습문제

다음 문장을 베트남어로 적으세요.

1) Lan은 편지를 쓸 뿐 아니라 음악도 듣는다.

→ ______________________________

2) 나는 이따금 수영 하러 간다.

→ ______________________________

3) 내 여동생은 드물게 늦게 자러 간다.

→ ______________________________

4) 지금(bây giờ) 누나/언니는 어디 가세요?

→ ______________________________

5) 지금 나는 그림 공부하러 가.

→ ______________________________

6) Nam 선생님은 어디 계십니까?

→ ______________________________

7) Nam 선생님은 교실(lớp)에 계셔.

→ ______________________________

8) 너(bạn)는 어디에서 테니스를 치니?

→ ______________________________

9) 나(mình)는 보통 운동장(sân vận động)에서 테니스를 쳐.

→ ______________________________

10) 나는 골프 치는 것 뿐 아니라 수영도 좋아한다.

→ ______________________________

Ⅲ 읽기

새로운 단어

giới thiệu	소개하다	chị gái	누나, 언니
ra ngoài	밖으로 나가다		

다음 문장을 듣고 따라해 보세요.

Tôi giới thiệu về sở thích của tôi.

Tôi không những thích bơi mà còn thích vẽ.

Ngoài ra, dạo này tôi đang học đánh piano.

Cuối tuần tôi thỉnh thoảng đi ra ngoài để chụp ảnh với chị gái, người có sở thích chụp ảnh.

동사의 의미를 생각하며 해석해 봅시다.

Tôi giới thiệu về sở thích của tôi.
내 취미에 관해 소개하겠습니다.

Tôi không những thích bơi mà còn thích vẽ.
나는 그림 그리기 뿐 아니라 수영을 좋아합니다.

Ngoài ra, dạo này tôi đang học đánh piano.
또한 요즘 나는 피아노를 배우고 있습니다.

Cuối tuần tôi thỉnh thoảng đi ra ngoài để chụp ảnh với chị gái, người có sở thích chụp ảnh.
주말에는 사진 찍기가 취미인 언니를 따라서 가끔 사진 찍으러 야외에 나갑니다.

연습문제

다음을 듣고 문장을 완성하세요.

Tôi giới thiệu về sở thích của tôi.

Tôi (　　　　　　　) thích bơi (　　　　　　　) thích vẽ.

Ngoài ra, dạo này tôi đang học (　　　　　　　) piano.

Cuối tuần tôi (　　　　　　　) đi ra ngoài để (　　　　　　　) với chị gái, người có sở thích (　　　　　　　).

다음 문장을 베트남어로 적으세요.

1) 어제 너(cậu)는 어디 갔어?

→ ______________________________

2) 어제 나(tớ)는 엄마와 함께 영화관에 갔어.

→ ______________________________

3) 너(em)는 영어를 어디에서 공부하니?

→ ______________________________

4) 저(em)는 외국어 학원(trung tâm ngoại ngữ)에서 영어 공부해요.

→ ______________________________

5) 너(bạn)는 보통 어디에서 점심을 먹어?

→ ______________________________

6) 나(tôi)는 보통 구내 식당(căn tin)에서 점심을 먹어.

→ ______

7) 그녀는 쌀국수(phở bò)를 요리할 뿐 아니라 볶음 쌀국수(phở xào)도 요리한다.

→ ______

8) 내 아버지는 가끔 등산을 가신다.

→ ______

9) 나는 전혀 담배를 피우지 않는다.

→ ______

10) 내 남동생은 이따금 기타를 친다.

→ ______

스포츠 활동 관련 단어

* chơi, đánh, đá의 차이는?

Chơi는 모든 스포츠 활동에 공통으로 사용하며, '악기를 연주하다'의 의미도 있다. **Chơi cầu lông** 배드민턴을 치다, **chơi piano** 피아노를 치다(연주하다) 등으로 사용한다.

Đánh은 주로 팔을 사용하는 스포츠 활동에서 사용하며, '피아노, 바이올린, 기타 등의 악기를 연주하다'의 의미도 있다. **Đánh bóng bàn** 탁구 치다, **đánh ghi-ta** 기타를 치다 등으로 사용한다.

Đá는 주로 발을 사용하는 스포츠 활동에서 사용한다. **Đá cầu** 제기 차다, **đá bóng** 공을 차다 등으로 사용한다.

MEMO

Bài 7

행동 동사 Ⅱ

학습목표

1. 상관 어구 nếu A thì B와 thử + 동사 + xem의 쓰임을 익혀 활용할 수 있다.
2. 상관 어구 thêm A (nữa)의 쓰임을 익혀 활용할 수 있다.

I 들어가기

오늘의 단어

bán	팔다	**mua**	사다
đeo	걸다, 끼다	**quàng**	(어깨에) 걸치다
mặc	입다		

오늘의 문장

1) bán

Cửa hàng này bán đúng giá.
이 가게는 정가로 판매한다.

Ngôi nhà này bán từ khi nào?
이 집을 언제(부터) 팔렸나요?

Mĩ phẩm Hàn Quốc bán chạy ở Việt Nam.
한국 화장품은 베트남에서 잘 팔린다.

2) đeo

Nếu trời lạnh thì em đeo găng tay.
(만약) 날씨가 춥다면 너는 장갑을 끼렴.

Khi đi làm bố tôi thường đeo đồng hồ.
일 하러 갈 때 아버지는 보통 시계를 착용한다.

Vào mùa hè, tôi thường đeo kính râm và đội mũ.
여름에 나는 대개 선글라스를 끼고 모자를 쓴다.

3) mặc

Tôi mặc thử áo sơ mi này.
나는 이 티셔츠를 입어 봤다.

Trời lạnh, em mặc thêm áo khoác nhé!
날씨가 추우니 코트를 (더) 입으렴!

Tại Việt Nam, các cô giáo thường mặc áo dài vào ngày Nhà giáo Việt Nam
베트남에서 여 선생님들 보통 베트남 스승의 날에 아오 자이를 입는다

4) mua

Tôi mua vé máy bay đi Hàn Quốc.
나는 한국 가는 비행기 표를 샀다.

Tôi mua thêm 1 đôi giày thể thao nữa.
나는 운동화 1켤레를 더 샀다.

Nếu có nhiều tiền, tôi sẽ mua 1 xe máy mới.
만약 돈이 많다면 나는 새 오토바이 한 대를 살 것이다.

5) quàng

Mẹ tôi rất thích quàng khăn quàng cổ.
어머니는 스카프 하는(걸치는) 걸 매우 좋아하신다.

Tôi quàng thử khăn quàng được không?
내가 스카프를 둘러봐도(걸쳐봐도) 되나요?

Hôm nay trời lạnh nên tôi quàng khăn quàng cổ.
오늘 날씨가 추워서 나는 목도리를 둘렀다.

새로운 단어

áo khoác	코트	kính râm	선글라스
áo sơ mi	셔츠	khan quàng cổ (khan quàng)	목도리, 스카프
cửa hàng	가게, 상점	lạnh	춥다
chạy(bán chạy)	달리다(잘 팔리다)	mĩ phẩm	화장품
đội	(모자 등) 쓰다	mũ	모자
đúng gía	정가	trời	하늘, 날씨
găng tay	장갑	xe máy	오토바이

연습문제

단어와 의미를 연결하세요.

đội	코트
áo khoác	목도리, 스카프
bán chạy	가게, 상점
cửa hàng	쓰다
khăn quàng cổ	잘 팔리다

kính râm	장갑
đúng giá	춥다
lạnh	선글라스
mĩ phẩm	정가
găng tay	화장품

II 문법

1. 상관 어구 nếu A thì B

아직 일어나지 않은 일에 대한 가정을 나타낸다. **Nếu**(만약) 뒤에는 조건을, **thì**(~라면) 뒤에는 결과를 쓰며, **thì** 절에서는 일반적으로 **sẽ**를 함께 사용한다. 조건절과 결과절의 위치를 바꿀 수 있으며 이때 결과절의 **thì**는 생략한다.

문형	예문
Nếu + 주어 + 동사 + **thì** + 주어 + 동사	**Nếu trời lạnh thì em đeo găng tay.** 만약 날씨가 추우면 너는 장갑을 끼렴.
	Nếu có nhiều tiền, tôi sẽ mua 1 xe máy mới. 만약 돈이 많다면 나는 새 오토바이 한 대를 살 것이다.
주어 + 동사 + **nếu** + 주어 + 동사	**Em đeo găng tay nếu trời lạnh .** 너는 장갑을 끼렴, (만약) 날씨가 춥다면.
	Tôi sẽ mua 1 xe máy mới nếu có nhiều tiền. 나는 새 오토바이를 한 대 살 것이다, (만약) 돈이 많다면.

* 주어가 같을 경우 하나는 생략이 가능하면, 글을 쓸 때 쉼표(,)를 **thì** 대신 사용하는 경우도 있다.

2. 상관 어구 thử 동사 xem

어떠한 행위를 (시험 삼아) 해보는 것을 나타내며, '~ (해)보다'의 의미다.

문형	예문
주어 + **thử** + 동사 (+ 목적어) + **xem**	**Tôi thử mặc áo sơ mi này xem.** 나는 이 티셔츠를 입어 봤다.
주어 + **thử** + 동사 (+ 목적어) + **xem**	**Tôi thử quàng khăn quàng xem được không?** 내가 목도리를 둘러봐도 돼요?
주어 + 동사 + **thử** (+ 목적어)	**Tôi mặc thử áo sơ mi này.** 나는 이 티셔츠를 입어 봤다.
주어 + 동사 + **thử** (+ 목적어)	**Tôi quàng thử khăn quàng được không?** 내가 목도리를 둘러봐도 돼요?
주어 + 동사 + **thử xem** (+ 목적어)	**Tôi mặc thử xem áo sơ mi này.** 나는 이 티셔츠를 입어 봤다.
주어 + 동사 + **thử xem** (+ 목적어)	**Tôi quàng thử xem khăn quàng được không?** 내가 목도리를 둘러봐도 돼요?

3. 상관 어구 thêm A nữa

'더 ~하다'의 의미로, **thêm**과 **nữa**를 따로 사용할 수 있다. 이때 **thêm**은 동사 뒤, **nữa**는 문장 마지막에 위치한다.

문형	예문
주어 + 동사 + **thêm** + 무엇 + **nữa**	**Trời lạnh, em mặc thêm áo khoác nữa nhé!** 날씨가 추우니 코트를 (더) 입으렴!
	Tôi mua thêm 1 đôi giày thể thao nữa. 나는 운동화 한 켤레를 더 샀다.
주어 + 동사 + **thêm** + 무엇	**Trời lạnh, em mặc thêm áo khoác nhé!** 날씨가 추우니 코트를 (더) 입으렴!
	Tôi mua thêm 1 đôi giày thể thao. 나는 운동화 한 켤레를 더 샀다.
주어 + 동사 + 무엇 + **nữa**	**Trời lạnh, em mặc áo khoác nữa nhé!** 날씨가 추우니 코트를 (더) 입으렴!
	Tôi mua 1 đôi giày thể thao nữa. 나는 운동화 한 켤레를 더 샀다.

연습문제

<Thử + 동사 + xem>을 활용하여 다음 문장을 베트남어로 완성하세요.

1) Cam này ngọt lắm! Chị ________________ nhé.

이 오렌지가 매우 달아요! 누나/언니도 먹어봐요.

2) Bài hát này rất hay, bạn ________________.

이 노래가 매우 좋아, 너도 들어 봐.

3) Cái mũ này đẹp quá! Cậu ________________.

이 모자 매우 예쁘다! 너가 써 봐.

<Thêm ~ nữa>를 활용하여 다음 문장을 베트남어로 완성하세요.

1) 나는 베-한 사전(từ điển)을 한 권 더 샀다.

→ ________________

2) 그 누나/언니는 오렌지 주스(nước cam) 한 컵(cốc) 더 마셨다.

→ ________________

3) 내 아버지는 밥 한 그릇을 더 드셨다.

→ ________________

<Nếu A thì B>를 활용하여 다음 문장을 베트남어로 완성하세요.

1) 만약 돈이 많다면 나는 새 집을 살 것이다.

→ ______________________________

2) 만약 네가 여전히 배가 고프다(đói)면 소고기 쌀국수 한 그릇을 더 시키도록(gọi) 해.

→ ______________________________

3) 만약 장학금(học bổng)이 있다면 나는 책을 더 살 것이다.

→ ______________________________

III 읽기

새로운 단어

áo len	스웨터	**khác**	다른
cùng	같이, 함께	**khuyến mãi**	세일(행사)하다
chọn	선택하다	**màu**	색(깔)
kiểu dáng	모양, 스타일	**tặng**	주다, 선물하다

다음 문장을 듣고 따라해 보세요.

A: Tôi mặc thử áo len này được không?

B: Dạ, phòng thử đồ ở bên kia.

A: Áo này giá bao nhiêu?

B: Dạ, 49.000 won một cái. Nhưng bây giờ có khuyến mãi nên nếu chị mua một cái thì tặng thêm 1 áo len.

A: Tôi có phải chọn áo cùng màu không?

B: Dạ không, áo có cùng một kiểu dáng và khác màu cũng được ạ.

* 49.000 읽는 방법
일상생활에서는 '**bốn mươi chín nghìn**'이 아닌 '**bốn chín nghìn**'으로 읽기도 합니다.

동사의 의미를 생각하며 해석해 봅시다.

A: Tôi mặc thử áo len này được không?
이 스웨터를 입어봐도 되나요?

B: Dạ, phòng thử đồ ở bên kia.
네, 탈의실은 저쪽이에요.

A: Áo này giá bao nhiêu?
이 옷은 얼마인가요?

B: Dạ, 49.000 won một cái. Nhưng bây giờ có khuyến mãi nên nếu chị mua một cái thì tặng thêm 1 áo len.
네, 한 벌에 49,000원이에요. 지금 이 스웨터는 1벌 사면 1벌 더 주는 행사를 하고 있어요.

A: Tôi có phải chọn áo cùng màu không?
같은 색을 골라야 하나요?

B: Dạ không, áo có cùng một kiểu dáng và khác màu cũng được ạ.
아니요, 같은 스타일에 다른 색이어도 됩니다.

연습문제

다음을 듣고 문장을 완성하세요.

A: Tôi mặc thử (   ) được không?

B: Dạ, (   ) ở bên kia.

A: Áo này giá bao nhiêu?

B: Dạ, 49.000 won một cái Nhưng bây giờ có (   ) nên nếu chị

(   ) một cái thì (   ) 1 áo len.

A: Tôi có phải (   ) áo cùng màu không?

B: Dạ không, áo có cùng một (   ) và (   ) màu cũng được ạ.

<Thử + 동사 + xem>을 활용하여 다음 문장을 베트남어로 완성하세요.

1) Món này rất ngon, anh ________________.

이 요리가 매우 맛있어요, 형/오빠 먹어봐요.

2) Bài báo này thu vị quá! Cậu ________________.

이 기사가 매우 흥미로워, 너도 읽어봐.

3) Loại bút bi này viết rất tốt, chị ________________.

이 볼펜 종류가 매우 잘 써져요, 누나/언니도 써보세요.

<Thêm ~ nữa>를 활용하여 다음 문장을 베트남어로 완성하세요.

1) 나는 커피(cà phê) 한 잔을 더 시켰다.

→ ______________________________

2) 나는 책 한 권을 더 읽는다.

→ ______________________________

3) 그 아이(em bé)는 노래 한 곡을 더 부른다.

→ ______________________________

<Nếu A thì B>를 활용하여 다음 문장을 베트남어로 완성하세요.

1) 만약 햇빛이 강하면(nắng gắt) 너(bạn)는 선글라스를 끼렴.

→ ______________________________

2) 만약 네가 여전히 목 마르(khát)면 아이스티(trà đá) 한 잔을 더 시키도록 해.

→ ______________________________

3) 만약 날씨가 춥다면 너(em)는 스웨터를 더 입으렴.

→ ______________________________

Văn hoá Việt Nam

Trịnh Công Sơn (1939. 2. 28 ~ 2001. 4. 1.)

베트남 근현대 예술사의 중요한 인물로 음악가, 작곡가, 화가이자 시인이다.
그의 노래 중 다수는 사랑에 관한 노래이고, 그 외에 베트남 전쟁 중에 만들어진 반전(反戰) 노래가 있다.
Khánh Lý, Hồng Nhung 등 현대의 여러 음악가들이 그의 음악을 재해석하고 있다.

Đặng Thái Sơn (1958. 7. 2 ~)

당 타이 썬은 베트남의 피아니스트로 베트남 전쟁을 거치면서도 피아노를 포기하지 않았다. **1974**년 베트남을 방문한 러시아의 피아니스트 아이작 카츠에게 발탁되어 러시아로 유학 가 모스크바 음악원에서 공부하였고, **1980**년 폴란드 바르샤바에서 열린 쇼팽 국제 피아노 콩쿠르에서 아시아인 최초로 우승하였다. 쇼팽 콩쿠르에서 우승하였을 때 그는 "동양 사람도 쇼팽을 아름답게 연주할 수 있다는 사실을 음악의 본 고장 사람들에서 보여주고 싶었다."라는 우승 소감을 남겼다.

MEMO

Bài 8

중간점검 복습

1. 빈칸에 공통으로 들어갈 말로 알맞은 것은?

- Chị Mai ________ luật sư.
- Anh ấy tên ________ Hiệp.
- Chúng tôi ________ người Đức.

① đi ② là

③ học ④ viết

2. 빈칸 (a), (b)에 들어갈 말로 알맞은 것은?

A: Bạn __(a)__ người Hàn Quốc __(b)__?

B: Dạ phải.

	(a)	(b)
①	có	không
②	có là	không
③	phải	không
④	có phải là	không

3. 문장 표현이 옳지 않은 것을 <보기>에서 고른 것은?

<보기>

a. Tôi hay đi ngủ lúc 11 giờ đêm.

b. Chị ấy học luôn luôn chăm chỉ.

c. Bạn Mi-na nói thường xuyên nhanh.

d. Bố tôi thường thức dậy lúc 6 giờ sáng.

① a, b
② a, d
③ b, c
④ b, d

4. 빈칸에 들어갈 말로 알맞은 것은?

A: Các bạn đang làm gì?

B: Chúng tôi đang ________.

① ăn bún chả Việt Nam ở căn tin.

② ăn bún chả Việt Nam căn tin ở.

③ ăn căn tin bún chả Việt Nam ở.

④ ăn ở bún chả Việt Nam căn tin.

5. **빈칸에 공통으로 들어갈 말로 알맞은 것은?**

- Seo-jun là bạn __________ gần bàn kia.
- Thầy Hùng là người __________ gần cửa.

① đeo　　② gặp

③ đứng　　④ nghe

6. **빈칸에 공통으로 들어갈 말로 알맞은 것은?**

A: Em __________ bóng bàn với ai?

B: Em __________ bóng bàn với bạn Dung.

① hát　　② rửa

③ chơi　　④ nhảy

7. 빈칸 (a), (b)에 공통으로 들어갈 말로 알맞은 것은?

- Cô Nga ___(a)___ ăn cơm ___(b)___ đọc sách.
- Em Mai đang ___(a)___ nghe nhạc ___(b)___ nhảy.

	(a)	(b)
①	vì	nên
②	nếu	thì
③	vừa	vừa
④	them	nữa

8. 빈칸 (a), (b)에 공통으로 들어갈 말로 알맞은 것은?

- ___(a)___ thời tiết xấu ___(b)___ giặt quần áo chưa khô.
- ___(a)___ muốn làm việc ở Mỹ ___(b)___ tôi học tiếng Anh.

	(a)	(b)
①	Vì	nên
②	Chỉ	thôi
③	Nếu	thì
④	Thêm	nữa

9. 문장 표현이 옳은 것을 <보기>에서 고른 것은?

<보기>

a. Trước khi ăn cơm tôi rửa tay.

b. Sau khi thức dậy tôi thường tắm.

c. Trong quét dọn nhà tôi nghe nhạc.

① a　　② c

③ a, b　　④ b, c

10. 빈칸 (a), (b)에 공통으로 들어갈 말로 알맞은 것은?

- Em Lan ___(a)___ thích bơi ___(b)___ thích vẽ.
- Tôi ___(a)___ đánh piano ___(b)___ đánh ghi-ta nữa.

	(a)	(b)
①	nếu	thì
②	them	nữa
③	mặc dù	nhưng
④	không những	mà còn

11. 빈칸에 들어갈 말로 알맞은 것은?

A: Thầy Hùng đang ở ________?

B: Thầy ấy đang ở lớp.

① ai　　② gì

③ đâu　　④ vì sao

12. 빈칸 (a), (b)에 공통으로 들어갈 말로 알맞은 것은?

- (a) trời lạnh (b) bạn đeo găng tay.
- (a) có nhiều tiền (b) tôi sẽ mua xe máy mới.

	(a)	(b)
①	Vì	nên
②	Nếu	thì
③	Tuy	nhưng
④	Vừa	vừa

13. **빈칸 (a), (b)에 공통으로 들어갈 말로 알맞은 것은?**

- Cái áo này đẹp quá!. Chị __(a)__ mặt __(b)__ .
- Bài báo này rất hay, bạn __(a)__ đọc __(b)__ .

	(a)	(b)
①	hết	đến
②	thử	xem
③	vừa	vừa
④	them	nữa

14. **다음 빈칸에 알맞은 베트남어 표현을 넣어 문장을 완성하세요.**

Tôi ________ ________ ________ **Pháp.**

나는 프랑스어(**tiếng Pháp**)를 조금 압니다.

→ ____________________

15. **다음 빈칸에 알맞은 베트남어 표현을 넣어 문장을 완성하세요.**

Em gái tôi __________ __________ __________.

내 여동생은 막(방금) 일어났다.

→ ____

16. **다음 빈칸에 알맞은 베트남어 표현을 넣어 문장을 완성하세요.**

Tôi __________ __________ lời bài hát.

나는 아직 노래 가사를 쓰지 못했다.

→ ____

17. **다음 빈칸에 알맞은 베트남어 표현(문법)을 넣어 문장을 완성하세요.**

Tôi ________ ________ *Nhật kí trong tù*.

나는 방금 <Nhật kí trong tù(옥중일기)>를 읽는 중이다.

→ ____

18. **다음 빈칸에 알맞은 베트남어 표현(문법)을 넣어 문장을 완성하세요.**

Tôi và bạn tôi ________ ________ ảnh selfie.

나와 내 친구는 셀카 찍는 것을 좋아한다.

→ ____

중부 도시

III. 후에 기념물 복합 지구(Quần thể di tích Cố đô Huế)

후에는 베트남 중부에 위치한 트어 티엔 후에(Thừa Thiên Huế)성의 성도이다. 베트남의 마지막 왕조인 응우옌 왕조(1802년~1945년)의 수도였던 후에에는 많은 역사적 기념물과 건축물들이 남아 있다. 후에 유적 집중 지대는 250여 개의 건축물이 있는 황성, 황릉, 남 자오(Nam Giao) 산책로, 호 꾸옌(Hồ Quyền)원형경기장, 혼 쩬(Hòn Chén) 사찰 등이 있다. 건축물들은 베트남 전통 양식과 동양의 철학이 자연과 함께 어우러진 건축 양식과 장식에서 베트남 봉건 군주제 전성기의 특징을 볼 수 있다. 도시는 북쪽 구시가와 남쪽 신시가지로 나뉜다. 구시가지에는 후에 성이 바둑판처럼 구획되어 있고, 후에 성안에는 황궁이 있다. 또한 후에에서는 왕실의 전통을 잇는 궁중음식들을 곳곳에서 만날 수 있다. 후에는 1993년 유네스코 세계문화유산으로 등재되었다.

IV. 퐁 냐- 깨 방 국립공원 (Vườn quốc gia Phong Nha - Kẻ Bàng)

퐁 냐 - 깨 방 국립공원은 베트남 중부의 꾸앙 빙(Quảng Bình)성에 위치한 약 5억 년 전 고생대부터 형성된 아시아 최대의 카르스트 지형으로 넓이가 2,000㎢에 이른다. 산악지대는 고생대를 비롯하여 석탄기와 이첩기 시대를 걸쳐 이루어진 오랜 지질작용의 연대기를 한눈에 보여준다. 카르스트 지형이 발달되지 않은 지역은 다양한 식물 종으로 둘러싸인 저산 지대로 마모와 퇴적 과정을 반복하며 썬 강(sông Son), 짜이 강(sông Chay)의 협곡과 석회암 단층 지괴를 중심으로 계단형 지형이 발달하여 있다. 퐁 냐 - 깨 빵은 약 300여 개의 크고 작은 동굴들과 13개의 희소 종을 비롯한 다양한 식물 종이 있어 지형적, 자연적, 역사적 가치를 인정받아 2003년 유네스코 세계자연유산에 등재되었다.

MEMO

Bài 9

왕래발착 동사

학습목표

1. 경험을 묻는 bao giờ chưa?와 lần nào chưa?의 쓰임을 익혀 활용할 수 있다.
2. 교통수단을 묻는 bằng gì?와 상관 어구 từ A đến B의 쓰임을 익혀 활용할 수 있다.

I 들어가기

오늘의 단어

đi	가다	**tới**	닿다, 도착하다
về	돌아가(오)다	**sang**	가다, 건너다
đến	가다, 오다, 도착하다		

오늘의 문장

1) đi

Cậu đi Canada bao giờ chưa?
너는 캐나다에 가본 적이 있어?

Cậu đi Canada lần nào chưa?
너는 캐나다에 가본 적이 있어?

Từ nhà đến trường em đi bằng gì?
네 집에서 학교까지 무엇을 타고 가니?

2) về

Thứ 6 tuần sau, chị Lan về nước.
다음 주 금요일에 **Lan** 누나/언니가 귀국한다.

Hôm nay tôi có nhiều việc nên về nhà muộn.
오늘 나는 일이 많아서 늦게 귀가한다(집에 돌아간다).

Bạn trai tôi đưa tôi về nhà sau khi xem phim xong.
영화가 끝난 후 남자친구가 집에 데려다 주었다.

3) đến

Bạn thường đến lớp bằng gì?
너는 수업(학교)에 무엇을 타고 오니?

Xe máy của thầy Tú bị hỏng nên đến lớp muộn.
Tú 선생님의 오토바이가 고장 나서 수업에 늦었다.

Nếu xe lửa đến đúng giờ thì sẽ không bị muộn cuộc họp.
만약 기차가 정시에 도착한다면 나는 회의에 늦지 않을 것이다.

4) tới

Mẹ tôi đưa tôi tới bến xe buýt.
어머니께서 나를 버스 정류장에 데려다 주었다.

Anh Hùng tự lái xe tới Hải Dương.
Hùng 형/오빠는 (스스로) 운전해서 하이 즈엉에 도착했다.

Tôi luôn luôn tới lớp trước những người khác.
나는 항상 다른 사람들 보다 먼저 수업에 도착한다.

5) sang

Cậu đã bao giờ sang Hà Nội chưa?
너는 하노이에 가본 적이 있어?

Chúng tôi đến Paris và từ đó sang Luân Đôn.
우리는 파리에 도착해서 그곳에서 런던으로 갔다.

Tôi đang trên đường sang thành phố Hồ Chí Minh.
나는 호찌민시에 가는 중이다(가는 길에 있다).

새로운 단어

bạn trai	남자친구	**đúng giờ**	정각
bến xe buýt	버스 정류장	**đưa**	건네다, 바래다주다
bị hỏng	고장 나다	**lái xe**	운전하다
cuộc họp	모임, 회의	**xe lửa**	기차

연습문제

단어와 의미를 연결하세요.

bị hỏng	버스 정류장
đúng giờ	운전하다
lái xe	고장 나다
đưa	정각
bến xe buýt	바래다주다

trường	~앞의, ~전에
cuộc họp	기차
xe lửa	모임, 회의
trước	학교
bạn trai	남자친구

II 문법

1. 경험을 묻는 표현

1) ~ bao giờ chưa?

'~해 본 적이 있습니까?'의 의미로, 긍정의 대답은 **rồi**, 부정의 대답은 **chưa**이다.

문형	예문
Q: 1) 주어 (+ đã) + 동사 + bao giờ chưa? 2) 주어 + đã bao giờ + 동사 + chưa? A: 긍정) Rồi. 주어 (đã) + 동사 + rồi. 부정) Chưa. 주어 + chưa bao giờ + 동사. Chưa. 주어 + chưa + 동사 + bao giờ.	A: 1) Cậu (đã) đi Canada bao giờ chưa? 2) Cậu đã bao giờ đi Canada chưa? 너는 캐나다에 가본 적 있어? B: 긍정) Rồi. Tớ đã đi Canada rồi. 응. 나는 캐나다에 가봤어. 부정) Chưa. Tớ chưa bao giờ đi Canada. Chưa. Tớ chưa đi Canada bao giờ. 아니. 나는 아직 캐나다에 가본 적이 없어.
	A: 1) Cậu (đã) ăn phở bò bao giờ chưa? 2) Cậu đã bao giờ ăn phở bò chưa? 너는 소고기 쌀국수를 먹어본 적이 있어? B: 긍정) Rồi. Tớ đã ăn phở bò rồi. 응. 나는 소고기 쌀국수를 먹어 봤어. 부정) Chưa. Tớ chưa bao giờ ăn phở bò. Chưa. Tớ chưa ăn phở bò bao giờ. 아니. 나는 아직 소고기 쌀국수를 먹어본 적이 없어.

2) ~ lần nào chưa?

경험의 횟수를 묻는 표현으로 '~을/를 (몇 번) 해 본 적이 있습니까?'의 의미다. 긍정의 대답은 **rồi**로 경험의 횟수를 넣어 답할 수 있으며, 부정의 대답은 **chưa**이다. 경험의 횟수를 이야기할 때는 '숫자 + **lần**'을 사용하며, **mấy lần**(몇 번)이나 **nhiều lần**(여러 번) 등을 사용할 수도 있다.

문형	예문
Q: 1) 주어 (+ đã) + 동사 + lần nào chưa? 2) 주어 + đã lần nào + 동사 + chưa? A: 긍정) Rồi. 주어 (+ đã) + 동사 (+ 횟수) + rồi. 부정) Chưa. 주어 + chưa lần nào + 동사. Chưa. 주어 + chưa + 동사 + lần nào.	A: 1) Cậu (đã) đi Canada lần nào chưa? 2) Cậu đã lần nào đi Canada chưa? 너는 캐나다에 (몇 번) 가본 적이 있어? B: 긍정) Rồi. Tớ đã đi Canada 2 lần rồi. 응. 나는 캐나다에 두 번 가 봤어. 부정) Chưa. Tớ chưa lần nào đi Canada. Chưa. Tớ chưa đi Canada lần nào. 아직. 나는 아직 캐나다에 가본 적이 없어.
	A: 1) Cậu (đã) ăn phở bò lần nào chưa? 2) Cậu đã lần nào ăn phở bò chưa? 너는 소고기 쌀국수를 (몇 번) 먹어본 적이 있어? B: 긍정) Rồi. Tớ đã ăn phở bò nhiều lần rồi. 응. 나는 소고기 쌀국수를 많이 먹어 봤어. 부정) Chưa. Tớ chưa lần nào ăn phở bò. Chưa. Tớ chưa ăn phở bò lần nào. 아니. 나는 아직 소고기 쌀국수를 먹어본 적이 없어.

2. 교통수단을 묻는 표현

Bằng은 동등 비교의 쓰임 외에 수단이 무엇인지 묻고자 할 때도 사용되며 이때는 '~로', '~로써'라고 해석한다. 교통수단을 물을 때는 의문사 **gì**(무엇)를 사용한다.

문형	예문
Q: 1) 주어 + 동사 + **bằng gì**? 2) 주어 + 동사 + **bằng phương tiện gì**? A: 주어 + 동사 + **bằng** + 교통수단.	**A: Từ nhà em đến trường bằng gì?** 집에서 학교까지 무엇을 타고 가니? **B: Từ nhà em đến trường bằng xe buýt.** 집에서 학교까지 버스를 타고 가요.
	A: Bạn thường đến lớp bằng gì? 니는 보통 수업(학교)에 무엇을 디고 오니? **B: Mình thường đến lớp bằng tàu điện ngầm.** 나는 보통 전철을 타고 수업(학교)에 가.

✪ Đưa의 쓰임

문형	예문
주어 + **đưa** + 누구 + **đi / về / đến / tới...** + 장소	**Bạn trai tôi đưa tôi về nhà sau khi xem phim xong.** 영화가 끝난 후 남자친구가 집에 데려다 주었다.
	Mẹ tôi đưa tôi tới bến xe buýt. 어머니가 나를 버스 정류장에 데려다 주었다.

3. 상관 어구 từ A đến B

현재 위치에서 다른 위치(목적지)까지의 거리(공간)의 간격 혹은 시간적 간격을 표현하며, **'A부터 B까지'**의 의미다. 또 다른 표현으로는 **B cách A**와 **A cách đây**가 있다.

표현	예문
từ A đến B A부터 / 에서 B까지	**Từ nhà em đến thư viện 5km.** 집에서 도서관까지 **5km**이다.
	Từ văn phòng đến thư viện Quốc gia 700m. 사무실에서 국립도서관까지 **700m**이다.
B cách A B는 A에서	**Thư viện cách nhà em 5km.** 도서관은 집에서 **5km**이다.
	Thư viện Quốc gia cách văn phòng gia 700m. 국립도서관은 사무실에 **700m** 떨어져있다.
A cách đây A는 여기에서	**Thư viện Quốc gia cách đây 700m.** 국립도서관은 여기에서 **700m** 떨어져있다.
	Bệnh viện Vina cách đây 3km. **Vina** 병원은 여기에서 **3km** 떨어져있다.

연습문제

다음 문장을 베트남어로 적으세요.

1) 너(cậu)는 달랏(Đà Lạt)에 가(đi)본 적이 있어?

→ ______________________________

2) 아니(아직). 나(tớ)는 아직 달랏에 가본 적이 없어.

→ ______________________________

3) 내 아버지는 보통 저녁 7시에 집에 돌아오신다(về).

→ ______________________________

4) 우리는 호찌민시에 도착해서 그곳에서 무이네(Mũi Né)로 갔다(sang).

→ ______________________________

5) 나는 스스로 운전해서 부산에 도착했다(tới).

→ ______________________________

6) 너(em)는 회사에 무엇을 타고 오니?

→ ______________________________

7) 저는 회사에 전철(tàu điện ngầm)을 타고 와요.

→ ______________________________

8) 나는 아직 독일(Đức)에 가본 적이 없다. (đi / lần nào)

→ ______________________________

9) 나는 수업(학교)에 늦게 도착(đến)한 적이 없다(không bao giờ).

→ ______________________________

10) 나는 태국(Thái Lan)에 여러 번 갔다.

→ ______________________________

III 읽기

새로운 단어

bạn thân	친한 친구	nổi tiếng	유명하다
hình như	마치/아마 ~인 것 같다	nghỉ hè	여름 방학, 여름 휴가

다음 문장을 듣고 따라해 보세요.

A: Nghỉ hè này, cậu định đi đâu không?

B: Tớ định đi du lịch Hà Nội với gia đình.
Cậu đã đi Hà Nội bao giờ chưa?

A: Vì bạn thân tớ đang sống ở
Hà Nội nên tớ đi mấy lần rồi.

B: Hình như món ăn nổi tiếng của
Hà Nội là Chả cá Lã Vọng phải không?

A: Ừ, đúng rồi.

동사의 의미를 생각하며 해석해 봅시다.

A: Nghỉ hè này, cậu định đi đâu không?
이번 여름 방학에 너는 어디를 갈 예정이야?

B: Tớ định đi du lịch Hà Nội với gia đình.
나는 가족과 함께 하노이로 여행 갈 예정이야.

Cậu đã đi Hà Nội bao giờ chưa?
너는 하노이에 가본 적이 있어?

A: Vì bạn thân tớ đang sống ở Hà Nội nên tớ đi mấy lần rồi.
친한 친구가 하노이에 살아서 나는 하노이에 몇 번 갔어.

B: Hình như món ăn nổi tiếng của Hà Nội là Chả cá Lã Vọng phải không?
아마 하노이의 유명한 음식이 짜 까 라 봉인게 맞지?

A: Ừ, đúng rồi.
응, 맞아.

연습문제

다음을 듣고 문장을 완성하세요.

A: ( ), cậu định đi đâu không?

B: Tớ định ( ) Hà Nội với gia đình.

Cậu đã đi Hà Nội ( )?

A : Vì bạn thân tớ đang sống ở Hà Nội nên tớ đi ( ) rồi.

B: ( ) món ăn ( ) của Hà Nội là Chả cá Lã Vọng phải không?

A: Ừ, đúng rồi.

다음 문장을 베트남어로 적으세요.

1) 내 아버지는 나를 공항(**sân bay**)에 데려다 주었다(**đưa / tới**).

→ ______________________________

2) 내 자전거(**xe đạp**)이 고장 나서 나는 약속(**cuộc hẹn**)에 늦게 도착했다(**đến**).

→ ______________________________

3) 너(**bạn**)는 일본(**Nhật Bản**)에 몇 번 갔어?

→ ______________________________

4) 나는 일본에 **3**번 갔어.

→ ______________________________

5) 내 가족은 홍콩에 **2**번 갔다(**đi**).

→ ______________________________

6) 나는 보통 버스를 타고 학교에 간다(**đến**).

→ ____________________

7) (친구) 민수는 다음달 초에 귀국한다(**về nước**).

→ ____________________

8) 나는 대구에 가는 중이다(길에 있다, **sang**).

→ ____________________

9) 내 어머니는 보통 자전거를 타고 마트에(**siêu thị**) 가신다(**đi**).

→ ____________________

10) 나는 베트남 음식을 먹어본 적이 없다(**chưa bao giờ**).

→ ____________________

남부 도시

I. 호찌밍 (Thành phố Hồ Chí Minh)

베트남 남동부와 서남부 사이에 위치한 베트남 제2의 도시이다. 1954년 분단 후 1975년 통일될 때까지 베트남 민주공화국(Việt Nam Cộng hoà, 1955~1975)의 수도로 사이공(Sài Gòn)이라고 불렀다. 캄보디아와 가까워서 코친차이나의 정치·문화·교통의 중심을 이루었고, 옛 총독부와 관저, 전신 전화국, 재판소 등의 건물들이 있다. 호찌밍 항구는 수출의 중요한 관문으로 군항을 겸하고 있다. 호찌밍은 프랑스의 식민지 때부터 발달된 도시로서 역사적인 사적은 거의 없으나 북동쪽의 식물원에서 남서쪽의 옛 대통령관저에 이르는 도로의 늘어진 푸른 가로수가 아름다우므로 '동양의 파리'라고도 불린다. 베트남의 정치·경제의 중추적 기능이 집중되어 있다. 1975년 베트남 통일 후 호찌밍 주석의 위업을 기리기 위해 1976년 도시 이름을 호찌밍으로 바꾸었다.

II. 붕 따우(Vũng Tàu)

호찌밍시에서 남쪽으로 약 120km 떨어진 곳에 위치한 붕 따우는 삼면이 바다로 둘러싸인 반도로 바리아 붕 따우(Bà Rịa - Vũng Tàu)성의 항구도시이자 해변 휴양지로 '동양의 진주'라고도 한다. 베트남 전쟁 이후 이곳은 경공업으로 발전하였고, 1970년대 유전이 발견되어 베트남 유일의 석유 기지가 있다. 아름다운 경관과 온화한 기후로 프랑스 식민지 때부터 휴양지로 개발되었으며, 바이 뜨억(Bãi Trước)과 바이 사우(Bãi Sau) 해변 등의 관광지가 있다. 바이 사우는 10km에 이르는 모래 해변으로 유명하다. 오래된 유적지는 없으나 정치가 응우옌 반 티에우의 별장이었던 화이트하우스(Bảo Tàng Bạch Dinh), 즈어 해변(Bãi Dứa)의 나지막한 산에 있는 높이 약 30m의 예수상(Tượng Chúa Kitô Vua), 사찰 네판사(Niết Bàn Tịnh Xá)의 길이 12m의 와불 등의 볼거리가 있다.

Bài 10

감정 동사

학습목표

1. 상관 어구 A chứ không(chưa) B의 쓰임을 익혀 활용할 수 있다.
2. 의문사 왜(Sao, Vì sao, Tại sao)의 쓰임과 유사한 의미를 가진 동사의 쓰임을 익혀 활용할 수 있다.

I 들어가기

오늘의 단어

yêu	사랑하다	thích	좋아하다
ghen / ghen tị	시기(질투)하다 / 부러워하다	tức giận	화나다, 화내다
ghét	싫어하다		

오늘의 문장

1) yêu

Tôi yêu con chó cưng của tôi.
나는 내 강아지를 매우 사랑한다.

Tôi yêu các bài hát nhưng hát kém lắm.
나는 노래를 좋아하지만 노래를 매우 못한다.

Bố mẹ luôn yêu con cái vô điều kiện.
부모님은 항상 자식을 조건 없이 사랑한다.

2) ghen / ghen tị

Tôi ghen tị với người hát hay.
나는 노래 잘 하는 사람을 부러워한다.

Tôi thích bạn ấy chứ không ghen tị với bạn ấy.
나는 그 친구를 좋아하지 부러워 하는 것이 아니다.

Tôi không bao giờ ghen với quá khứ (người yêu cũ) của chồng.
나는 절대 남편의 과거(옛 애인)를 시기하지 않는다.

3) ghét

Tôi ghét dưa chuột nhất.
나는 오이를 가장 싫어 한다.

Tôi ghét món thịt xào cay chứ không ghét món thịt xào bình thường.
나는 매운 제육볶음을 싫어하지 일반 제육볶음을 싫어하는 것이 아니다.

Hầu hết các bố mẹ đều ghét con cái nói dối.
모든 부모는 자식이 거짓말을 하는 것을 싫어한다.

4) thích

Chị gái tôi rất thích bài hát của Mỹ Tâm.
누나/언니는 Mỹ Tâm의 노래를 매우 좋아한다.

Tôi không thích cà phê nhưng tôi rất thích trà.
나는 커피를 싫어하지만 차는 매우 좋아한다.

Tôi thích xem phim nhưng không có thời gian đi xem.
나는 영화 보는 것을 좋아하지만 보러 갈 시간이 없다.

5) tức giận

A : Vì sao bạn tức giận?
왜 너는 화가 났어?

B : Bởi vì tôi lại thi rớt nên tức giận.
왜냐하면 내가 시험에 또 떨어져서 화가 났어.

Anh ấy sẽ không tức giận nếu hôm nay là một ngày như bình thường.
만약 오늘이 평소와 같았다면 그는 화가 나지 않았을 것이다.

새로운 단어

cay	맵다	**nói dối**	거짓말(하다)
con chó cưng	강아지	**người yêu cũ**	옛 애인
chồng	남편	**quá khứ**	과거
dưa chuột	오이	**thịt xào**	제육볶음,
hầu hết	거의, 모두	**thi rớt**	시험에 떨어지다
kém	부족하다	**vô điều kiện**	무조건(의), 조건 없이

연습문제

단어와 의미를 연결하세요.

kém	오이
dưa chuột	거짓말(하다)
thi rớt	무조건(의)
nói dối	부족하다
vô điều kiện	시험에 떨어지다

chồng	강아지
quá khứ	남편
cay	거의, 모두
hầu hết	과거
con chó cưng	맵다

II 문법

1. 상관 어구 A chứ không B

A를 강조하는 문형으로 'A이지 B가 아니다'의 의미이며, 다음과 같이 사용한다.

문형	예문
주어 + 동사[1] + chứ không + 동사[2]	**Tôi ghét món thịt xào cay chứ không ghét món thịt xào bình thường.** 나는 매운 제육볶음을 싫어하지 일반 제육볶음을 싫어하는 것이 아니다.
	Tôi gặp cô Mai chứ không gặp cô Hoa. 나는 Mai 선생님을 만났지 Hoa 선생님을 만난 게 아니다.
주어 + 동사[1] + chứ chưa + 동사[2]	**Tôi mới viết xong bài này chứ chưa viết xong bài kia.** 나는 막 이 숙제를 끝낸 것이지 저 숙제를 끝낸 것이 아니다.
	Tôi uống cà phê chứ chưa ăn trưa. 나는 커피를 마셨지 아직 점심을 먹은 것이 아니다.
주어 + là + 보어[1] + chứ không phải là + 보어[2]	**Anh Tuấn là giáo viên chứ không phải là hoạ sĩ.** Tuấn 형/오빠는 선생님이지 화가가 아니다.
	Chị Lan là bác sĩ chứ không phải là luật sư. Lan 누나/언니는 의사이지 변호사가 아니다.

2. 의문사 '왜'

이유를 묻는 의문사로 주어 앞에 위치한다.

문형	예문
Q: Vì sao + 주어 + 동사? A: Bởi vì + 주어 + 동사	A: Vì sao cậu tức giận? 왜 너는 화가 났어? B: Bởi vì tôi lại thi rớt nên tức giận. 왜냐하면 내가 시험에 또 떨어져서 화가 났어.
	A: Vì sao bạn học tiếng Việt? 왜 너는 베트남어를 공부 해? B: Bởi vì tôi muốn làm việc ở Việt Nam. 왜냐하면 내가 베트남에서 일하고 싶기 때문이야.
Q: Tại sao + 주어 + 동사? A: Tại vì + 주어 + 동사	A: Tại sao cậu tức giận 왜 너는 화가 났어? B: Tại vì tôi lại thi rớt nên tức giạn. 왜냐하면 내가 시험에 또 떨어져서 화가 났어.
	A: Tại sao bạn học tiếng Việt? 왜 너는 베트남어를 공부 해? B: Tại vì tôi muốn làm việc ở Việt Nam. 왜냐하면 내가 베트남에서 일하고 싶기 때문이야.
Q: Sao + 주어 + 동사? A Vì + 주어 + 동사	A: Sao cậu tức giận? 왜 너는 화가 났어? B: Vì tôi lại thi rớt nên tức giạn. 왜냐하면 내가 시험에 또 떨어져서 화가 났어.
	A: Sao bạn học tiếng Việt? 왜 너는 베트남어를 공부 해? B: Vì tôi muốn làm việc ở Việt Nam. 왜냐하면 내가 베트남에서 일하고 싶기 때문이야.

3. 상관 어구 chỉ A thôi

'단지 ~일 뿐이다'의 의미로, chỉ는 동사 앞, thôi는 문장 마지막에 위치하며 chỉ와 thôi를 따로 사용할 수 있다.

문형	예문
주어 + chỉ + 동사 + thôi	**Chị ấy chỉ mua một quyển sách thôi.** 그녀는 단지 한 권의 책을 샀을 뿐이다.
	Tôi chỉ ăn một bát phở bò thôi. 나는 단지 한 그릇의 소고기 쌀국수를 먹었을 뿐이다.

● 유사한 의미의 동사 쓰임

어휘	예문
mượn (사물) 빌리다	**Tôi mượn sách này ở thư viện.** 나는 이 책을 도서관에서 빌렸다.
	Em mượn áo dài của chị được không? 제가 언니의 아오 자이를 빌려도 될까요?
vay (돈, 물건을 이자 붙여) 빌리다	**Anh Tú vay tiền.** Tú 형/오빠는 돈을 빌렸다.
	Tôi vay tiền từ ngân hàng. 나는 은행에서 돈을 빌렸다.
thuê (건물, 부동산) 임대하다	**Thuê phòng này giá bao nhiêu?** 이 방을 빌리는 가격이 얼마입니까?
	Chị Lan đang tìm thuê nhà mới. Lan 누나/언니는 새로운 (임대할) 집을 찾고 있다.

연습문제

다음 문장을 베트남어로 적으세요.

1) 나는 한국 음식을 매우(**rất**) 좋아한다.

→ ______________________________

2) 내 남동생은 당근(**cà rốt**)을 싫어한다.

→ ______________________________

3) 그녀는 화가 났는데 왜냐하면(**vì**) 그 아이가 거짓말을 해서이다.

→ ______________________________

4) 왜 너(**cậu**)는 가수(**ca sĩ**) **Sơn Tùng**을 좋아하니?

→ ______________________________

5) 왜냐하면 그 가수가 노래를 잘하기(**hay**) 때문이야.

→ ______________________________

6) 나는 그림을 잘(đẹp) 그리는 사람이 부럽다.

→ ____________________

7) 나는 J.K 롤링의 해리포터(이야기, truyện)를 정말(rất) 사랑한다.

→ ____________________

8) 나는 클래식 음악을 좋아하지 재즈 음악을 좋아하는 게 아니다.

→ ____________________

9) 나는 추운 날씨(trời lạnh)를 매우(rất) 싫어한다.

→ ____________________

10) 나는 책을 읽은 거지 아직 숙제를 한 게 아니다.

→ ____________________

Ⅲ 읽기

새로운 단어

đặc biệt	특히, 특별히	**tài năng**	재능
nắng đẹp	맑고 화창한	**tươi**	신선하다
rau	채소	**vị thanh đạm**	담백한 맛

다음 문장을 듣고 따라해 보세요.

1)

Về món ăn, tôi thích các món ăn có vị thanh đạm.

Vì vậy, tôi thích món ăn Việt Nam vì có nhiều rau tươi.

Về thời tiết, tôi thích thời tiết nắng đẹp.

2)

Tôi ghen tị với người có tài năng, đặc biệt là

những người hát hay và vẽ đẹp.

Nhưng tôi ghen tị với họ chứ không ghét họ.

동사의 의미를 생각하며 해석해 봅시다.

1)

Về món ăn, tôi thích các món ăn có vị thanh đạm.
음식에 관해서 나는 담백한 맛을 가진 음식을 좋아한다.

Vì vậy, tôi thích món ăn Việt Nam vì có nhiều rau tươi.
그래서 나는 채소가 많기 때문에 베트남 음식을 좋아한다.

Về thời tiết, tôi thích thời tiết nắng đẹp.
날씨에 관해서 나는 맑은 날씨를 좋아한다.

2)

Tôi ghen tị với người có tài năng, đặc biệt là những người hát hay và vẽ đẹp.
나는 특히 노래를 잘하고 그림을 잘 그리는 재주를 가진 사람을 부러워한다.

Nhưng tôi ghen tị với họ chứ không ghét họ.
나는 그들의 부러워 하는 것이지 싫어하는 게 아니다.

연습문제

다음을 듣고 문장을 완성하세요.

1)

Về món ăn, tôi thích các món ăn có (   ).

Vì vậy, tôi thích món ăn Việt Nam vì có nhiều (   ).

Về thời tiết, tôi thích thời tiết (   ).

2)

Tôi ghen tị với người có (   ), (   ) là những người hát hay và vẽ đẹp.

Nhưng tôi ghen tị với họ (   ) ghét họ.

다음 문장을 베트남어로 적으세요.

1) 나는 음악감상을 좋아하지 영화관람을 좋아하는 게 아니다.

→ ______________________________

2) 나는 매운 음식을 싫어해서(nên) 이 음식을 많이 먹지 않는다.

→ ______________________________

3) 나는 요리 잘하(giỏi)는 사람이 부럽다.

→ ______________________________

4) 왜(vì sao) 너(cậu)는 겨울을 싫어하니?

→ ______________________________

5) 왜냐하면(bởi vì) 겨울은 매우 춥기 때문이야.

→ ______________________________

6) 내 어머니는 거의 화를 내지 않는다.

→ ______________________________

7) 나는 비 오는 날씨(**trời mưa**)를 싫어한다.

→ ______________________________

8) 나는 지갑(**ví**)를 잃어버렸지만(**bị mất**) 단지 슬픈(**buồn**) 것이지 화가 난 게 아니다. (**Dù A nhưng B** 문형 활용)

→ ______________________________

9) 내 형/오빠(**anh trai**)는 간호사이지 변호사가 아니다.

→ ______________________________

10) 나는 **BTS**의 모든(**tất cả các**) 노래를 매우 사랑한다.

→ ______________________________

남부 도시

III. 판 티엣(Phan Thiết)

판 티엣은 베트남 동남부 지방에 위치한 빙 투언(Bình Thuận)성의 성도이며, 호찌밍시에서 북동쪽으로 약 200km 정도 떨어진 곳에 위치한다. 판 티엣은 항만도시이자 휴양도시로 제염업과 어업이 주업이며 느억 맘(nước mắm, 생선 소스)의 생산지로도 유명하다. 판 티엣은 프랑스 식민지 때 애국 독립지사 판 쩌우 찡(Phan Châu Trinh; 潘周楨, 1872~1926)과 쩐 꾸이 깝(Trần Quý Cáp, 陳季恰; 1870~1908)이 독립투쟁을 처음 시작한 곳이기도 하다. 이곳은 베트남에서 가장 건조한 지역 중 하나로 많은 지역이 바위산과 사구로 뒤덮여 있다. 판 티엣 부근의 명소로 참파 왕국의 탑을 볼 수 있는 포사이누 탑(Tháp Chăm Po Sah Inư), 요정의 샘으로 알려진 수오이 띠엔(Suối Tiên), 무이 내(Mũi Né) 어촌 등이 있다. 최근 판티 엣 동쪽에 위치한 무이 내는 사막과 사구 해변의 아름다움으로 주목받기 시작했다.

IV. 달랏(Đà Lạt)

베트남 남부 럼 동(Lâm Đồng)성의 성도로 럼 비엔(Lâm Viên) 고원 근처 해발 1,500m에 위치한다. 달랏은 라틴어 "Dat Aliis Laetitiam Aliis Temperiem (Cho người này nguồn vui, cho kẻ khác sức khỏe의 의미)"의 앞 글자에서 왔으며 프랑스 식민지 정부가 달랏(Đà Lạt)을 정식 이름으로 사용하여 현재에 이르렀다고 알려져 있다. 이곳은 프랑스 식민 시절인 20세기 초에 휴양지로 개발되어 국내외 관광객에게 가장 인기있는 도시 중 하나이기도 하다. 이곳은 서양 스타일 건축물이 많은데 달랏 철도역(ga Đà Lạt)이 대표적으로 꼽힌다. 달랏은 쾌적한 기후와 비옥한 토양으로 고무와 과일, 차 등의 온대 작물을 재배하며, 베트남 마지막 황제 바오 다이(Bảo Đại, 1913~1997)의 세 곳의 저택 또한 유명하다. 시내 중심지에는 링 썬사원(Chùa Linh Sơn)과 중앙시장, 성 니콜라스 성당(Nhà thờ chính toà Đà Lạt)이, 외곽에는 링 프억사원(Chùa Linh Phước), 쭉 럼 선원(Thiền Viện Trúc Lâm)과 다딴라(Datanla), 프렌(Prenn), 코끼리(Voi) 폭포 등 다양한 볼거리가 있다.

Bài 11

쇼핑 동사

학습목표

1. 상관 어구 ngoài A còn B의 쓰임을 익혀 활용할 수 있다.
2. 상관 어구 tuy A nhưng B의 쓰임과 권유 조동사의 쓰임을 익혀 활용할 수 있다.

I 들어가기

오늘의 단어

đổi	바꾸다, 교환하다	**hoàn tiền**	환불하다
bảo hành	보증(장)하다	**thanh toán**	계산하다
giao hàng	배달하다		

오늘의 문장

1) đổi

Cậu nên đổi áo khoác mới thì tốt hơn.
너는 다른 코트로 교환하는 게 좋겠어.

Tôi mua sản phẩm ở chi nhánh khác nhưng đổi ở đây được không?
다른 지점에서 구매했는데 여기에서 교환이 될까요?

Hàng hoá mua trong thời giảm giá có thể đổi được nhưng không hoàn tiền được.
세일기간에 산 물건은 교환은 되지만 환불은 안 된다.

2) bảo hành

Cửa hàng điện tử này bảo hành một năm sửa chữa miễn phí.
이 전자제품 가게는 무상 수리 1년을 보증한다.

Máy vi tính này giá rẻ nên không bảo hành sửa chữa miễn phí.
이 컴퓨터는 가격이 저렴해서 무상 수리는 보장하지 않는다.

Sản phẩm này ngoài bảo hành sửa chữa tại trung tâm còn có thể thực hiện bảo hành tận nhà.
이 제품은 센터에서 AS 받을 수 있을 뿐만 아니라 방문 AS도 가능하다.

3) giao hàng

Tôi cần yêu cầu giao hàng máy này vì nó quá nặng.
이 기계는 매우 무거워서 내가 배달을 요청 할 필요가 있다.

Khi nhận giao hàng từ cửa hàng này, bạn phải trả phí giao hàng.
이 가게에서 배달을 받을 때는 배달료를 내야 한다.

Cửa hàng này miễn phí giao hàng nếu bạn mua trên 30.000 won.
이 가게에 3만원 이상 구매하면 무료 배송을 해준다.

4) hoàn tiền

Sản phẩm giảm giá không thể hoàn tiền được.
세일 상품은 환불이 안 된다.

Nếu quần jean em mới mua không vừa thì nên đổi hoặc hoàn tiền nhé.
네가 새로 산 청바지가 안 맞으면 교환하거나 환불하렴.

Sản phẩm này có vấn đề nên khách mua hàng được hoàn tiền và bồi thường.
상품에 문제가 있어서 물건을 산 고객들은 환불과 보상을 받았다.

5) thanh toán

Có vấn đề lỗi hệ thống nên tôi thanh toán 2 lần.
시스템 오류가 있어서 나는 두 번 계산을 했다.

Tại nhà hàng này, bạn phải thanh toán tiền tip.
이 식당에서는 반드시 팁을 계산해야 한다.

Ngoài thanh toán bằng thẻ tín dụng, cửa hàng này còn thanh toán tiền mặt nữa.
신용카드 계산 뿐만 아니라 이 가게는 현금 계산도 된다.

새로운 단어

bồi thường	보상하다	miễn phí	무료
chi nhánh	지점	phí	비용, 요금
đăng kí	등록하다	sản phẩm	제품, 생산품
giảm giá	할인하다	sửa chữa	고치다, 수리하다
hàng hoá	물건, 상품	tiền mặt	현금
khách hàng	고객, 손님	tiền tip	팁
lỗi hệ thống	시스템 오류	thẻ tín dụng	신용카드
mà	관계사, 그리고, ~잖아	trả	돈을 내다, 돌려주다
máy vi tính	컴퓨터	vấn đề	문제

연습문제

단어와 의미를 연결하세요.

trả	수리하다
đăng kí	돈을 내다
sửa chữa	문제
vấn đề	등록하다
bồi thường	보상하다

giảm giá	생산품
thẻ tín dụng	무료
sản phẩm	할인하다
khách hàng	신용카드
miễn phí	고객

II 문법

1. 상관 어구 ngoài A còn B

'A뿐만 아니라 B하다'의 의미로 A와 B에는 형용사도 올 수 있으며, 문장 마지막에 nữa를 같이 사용할 수 있다.

문형	예문
Ngoài 동사[1] + 주어 + còn + 동사[2]	Ngoài thanh toán bằng thẻ tín dụng, cửa hàng này còn thanh toán tiền mặt nữa. 신용카드 계산 뿐만 아니라 이 가게는 현금 계산도 된다.
	Ngoài đi Mỹ, tôi còn đi Pháp (nữa). 미국을 갈 뿐만 아니라 나는 프랑스도 간다.
주어 + ngoài + 동사[1] + còn + 동사[2]	Cửa hàng này ngoài thanh toán bằng thẻ tín dụng còn thanh toán tiền mặt nữa. 이 가게는 신용카드 계산 뿐만 아니라 현금 계산도 된다.
	Tôi ngoài đi Mỹ còn đi Pháp (nữa). 나는 미국을 갈 뿐만 아니라 프랑스도 간다.

2. 권유 조동사

1) nên

'~하는 것이 좋다'의 의미로 타인에게 권유, 당부하거나 해야 할 일에 대한 자신의 의견을 말할 때 사용한다.

문형	예문
주어 + **nên** + 동사 (+목적어)	**Cậu nên đổi áo khoác mới thì tốt hơn.** 너는 다른 코트로 교환하는 게 좋겠어.
	Trông em có vẻ yếu lắm, em nên đi bác sĩ. 네가 매우 아파 보여, 의사에게 가는 게 좋겠어.

2) cần

'~할 필요가 있다'의 의미로 무엇을 하기 위해 어떠한 것이 필요함을 말할 때 사용한다.

문형	예문
주어 + **cần** + 동사 (+목적어)	**Tôi cần yêu cầu giao hàng máy này vì nó quá nặng.** 이 기계는 매우 무거워서 내가 배달을 요청 할 필요가 있다.
	Tôi học tiếng Đức nên tôi cần mua một quyển từ điển. 나는 독일어를 공부하기 때문에 사전 한 권을 살 필요가 있다.

2) phải

'반드시 ~해야 한다'의 의미로 하지 않을 수 없는 것을 말할 때 사용하며, 스스로 강요하거나 타인을 강요하는 것도 표현할 수 있다.

문형	예문
주어 + **phải** + 동사 (+목적어)	**Tại nhà hàng này, bạn phải thanh toán tiền tip.** 이 식당에서는 반드시 팁을 계산해야 한다.
	Tối nay, tôi phải học vì ngày mai có bài kiểm tra. 내일 시험이 있기 때문에 오늘 저녁에 나는 반드시 공부를 해야 한다.

3. 상관 어구 tuy A nhưng B

'비록 A하지만 B하다'의 의미로 B의 동사 앞에 vẫn을 함께 사용하기도 한다. A와 B의 주어가 같을 경우 하나는 생략 가능하다.

문형	예문
Tuy + 주어 + 동사 + nhưng + 주어 +동사	Tuy tôi có nhiều việc nhưng vẫn đi tập thể dục. 비록 나는 일이 많지만 여전히 운동하러 간다.
	Tuy mùa hè trời nóng nhưng tôi rất thích mùa hè. 비록 여름이 매우 덥지만 나는 여름을 매우 좋아한다.
Mặc dù + 주어 + 동사 + nhưng + 주어 + 동사	Mặc dù tôi có nhiều việc nhưng vẫn đi tập thể dục. 비록 나는 일이 많지만 여전히 운동하러 간다.
	Mặc dù mùa hè trời nóng nhưng tôi rất thích mùa hè. 비록 여름이 매우 덥지만 나는 여름을 매우 좋아한다.
Dù + 주어 + 동사 + nhưng + 주어 + 동사	Dù tôi có nhiều việc nhưng vẫn đi tập thể dục. 비록 나는 일이 많지만 여전히 운동하러 간다.
	Dù mùa hè trời nóng nhưng tôi rất thích mùa hè. 비록 여름이 매우 덥지만 나는 여름을 매우 좋아한다.

동사의 활용

어휘	예문
yêu cầu 요구하다, 요청하다	**Thư viện yêu cầu không nói chuyện to.** 도서관은 큰 소리로 얘기하지 말 것을 요청했다.
	Thầy giáo yêu cầu các sinh viên đến lớp đúng giờ. 선생님은 학생들에게 정각에 수업에 올 것을 요구했다.
sai 시키다	**Chị tôi sai tôi đi mua sữa.** 누나/언니는 나에게 우유를 사오라고 시켰다.
	Mẹ tôi sai tôi dọn dẹp phòng mình. 어머니는 내 방을 청소하라고 시켰다.
đề nghị 제안하다, 제의하다	**Tôi đề nghị xuất phát sớm.** 나는 일찍 출발할 것을 제안했다.
	Chị ấy đề nghị với chủ nhà đăng kí internet. 그녀는 집주인에게 인터넷 신청을 제의했다.

연습문제

다음 문장을 베트남어로 적으세요.

1) 이 옷(**áo này**)에 문제가 있어서(**nên**) 나는 교환할 필요가 있다.

→ ____________________

2) 너(**bạn**)는 배달을 요청하는 것이 더 좋겠다(**tốt hơn**).

→ ____________________

3) 어머니는 나에게 달걀(**trứng**)을 사오라고 시켰다.

→ ____________________

4) 환불 뿐 아니라 이 브랜드(**thương hiệu**)는 교환 또한 허용한다(**cho phép**).

→ ____________________

5) 고급 레스토랑(**nhà hàng cao cấp**)에서 당신(**bạn**)은 반드시 팁을 계산해야 한다.

→ ____________________

6) 그는 영어 공부뿐 아니라 베트남어도 공부한다.

→ ______________________________

7) 나는 친구에게 일찍 영화 보러 갈 것을 제안했다.

→ ______________________________

8) 이 가게는 비록 교환은 가능(**được**)하지만 환불은 안된다(**không** 동사 **được**).

→ ______________________________

9) 이 냉장고(**tủ lạnh**)은 무상 수리 1년을 보증한다.

→ ______________________________

10) 누나/언니는 다른 장갑으로 교환하는 것이 좋겠어요.

→ ______________________________

III 읽기

새로운 단어

chất lượng	품질	vừa phải	적당한, 합리적인
máy giặt	세탁기		

다음 문장을 듣고 따라해 보세요.

A: Anh ơi, máy giặt này giá bao nhiêu?

B: Dạ, máy giặt này giá 1.500.000 won ạ.
Chất lượng rất tốt và giá vừa phải.

A: Máy này thời gian bảo hành bao lâu?

B: Bảo hành miễn phí là một năm ạ.

A: Giao hàng đến nhà được không?

B: Được ạ. Nhưng phí giao hàng là 30.000 won.

동사의 의미를 생각하며 해석해 봅시다.

A: Anh ơi, máy giặt này giá bao nhiêu?
저기요, 이 세탁기는 가격이 얼마인가요?

B: Dạ, máy giặt này giá 1.500.000 won ạ. Chất lượng rất tốt và giá vừa phải.
네, 이 세탁기는 백오십만 원입니다. 품질이 아주 좋고 가격도 적당해요.

A: Máy này thời gian bảo hành bao lâu?
이 세탁기의 보증 기간은 얼마(동안)인가요?

B: Bảo hành miễn phí là một năm ạ.
무상 수리는 1년입니다.

A: Giao hàng đến nhà được không?
집으로 배달이 가능한가요?

B: Được ạ. Nhưng phí giao hàng là 30.000 won.
가능해요. 그러나 배달료가 3만 원입니다.

연습문제

다음을 듣고 문장을 완성하세요.

A: Anh ơi, máy giặt này giá bao nhiêu?

B: Dạ, máy giặt này giá 1.500.000 won ạ. (   ) rất tốt và giá (   ).

A: Máy này (   ) bao lâu?

B: (   ) là một năm ạ.

A: Giao hàng đến nhà được không?

B: Được ạ. Nhưng (   ) là 30.000 won.

다음 문장을 베트남어로 적으세요.

1) 나는 남동생을 시켜서 나에게 물을 가져오라(**mang**)고 했다.

→ ______________________________

2) 이 컴퓨터에 문제가 있어서(**nên**) 환불 뿐 아니라 나는 보상도 받았다(**được** + 동사).

→ ______________________________

3) 비록 눈이 왔지만(**trời tuyết**) 나는 정각에 학교에 도착했다.

→ ______________________________

4) 나는 내 운동화를 교환했는데 왜냐하면(**vì**) 그것이 맞지(**vừa**) 않아서이다.

→ ______________________________

5) 나는 신용카드로(**bằng ~**) 계산하는 걸 더 좋아한다.

→ ______________________________

6) 나는 계산 후 영수증(**hoá đơn**)을 요청했다.

→ ____________________

7) 이 브랜드는 무상 수리 **6**개월을 보증한다.

→ ____________________

8) 오늘 내가 산 물건이 지나치게 무거워서 배달을 요청할 필요가 있다.

→ ____________________

9) 이 브랜드는 (만약) 당신(**bạn**)이 **5**만원 이상(**trên**) 구매하면 무료 배송을 해준다.

→ ____________________

10) 이 식당은 (만약) 현금 계산을 하면 고객에게(**cho ~**) **10**% 할인을 해준다.

→ ____________________

Văn hoá Việt Nam

베트남에서의 한류는?

베트남은 동남아 국가 중 가장 먼저 한류가 진출한 국가로 1990년대 후반 드라마, 영화, 음악, 온라인 게임, 패션, 화장품 등으로 한류가 확대되었다. CJ E&M은 이러한 흐름에 따라 베트남 현지 파트너사와 함께 작품을 만들기도 했다.

Em là bà nội của anh (내가 니 할매다)

「수상한 그녀」를 리메이크한 작품으로, 내용은 원작과 크게 다르지 않지만 코미디 장르가 강세인 베트남 상황에 맞춰 조연 배우들은 실제 코미디언으로 캐스팅하였다.

Tháng năm rực rỡ (Go go sisters)

「써니」를 리메이크 한 작품 팝송 대신 70년대 베트남 히트곡을 사용하였다.

베트남 국영방송국 VTV와 함께 만든 청춘 드라마 「Tuổi thanh xuân(오늘도 청춘)」도 있다.

Bài 12

행위 동사 I

학습목표

1. được의 다양한 쓰임과 불가능을 표현하는 làm sao (mà) ~ được의 표현을 익혀 활용할 수 있다.
2. mãi mà không + 동사의 쓰임을 익혀 활용할 수 있다.

I 들어가기

오늘의 단어

lấy	받다, 얻다, 취하다…	muốn	원하다
tìm	찾다, 발견하다	nhận	받다, 얻다
mang	가지다, 운반하다		

오늘의 문장

1) lấy

Tôi lấy được bằng lái xe.
나는 운전면허증을 취득하게 되었다.

Người nào đã lấy cái ô của mình.
누군가가 내 우산을 가지고 갔다.

Tôi có thể lấy cốc này được không?
내가 이 컵을 가져가도 될까요?

2) tìm

Tôi tìm được đường đến Nhà hát Lớn.
나는 오페라 하우스까지 가는 길을 찾게 되었다.

Tôi tìm mãi mà không nhớ để chìa khoá ở đâu.
나는 계속 찾았지만 열쇠를 둔 곳이 기억이 안 났다.

Sau khi tốt nghiệp đại học, tôi tìm việc làm.
대학교 졸업 후 나는 일자리를 찾을 것이다.

3) mang

Làm sao tôi mang cái va li này được.
어떻게 내가 이 캐리어를 운반할 수 있겠어. (불가능)

Tôi không thể mang cái va li này được.
나는 이 캐리어를 운반할 수 없다.

Anh ấy mang quốc tịch Đức.
그는 독일 국적을 갖고 있다.

4) muốn

Anh Tú không muốn ăn phở.
Tú 형/오빠는 쌀국수 먹는 것을 원하지 않는다.

Tôi chưa biết mình muốn làm gì.
나는 아직 내가 무엇을 하고 싶은 지 모르겠다.

Tôi muốn mãi mà không thể đi Mỹ học.
나는 계속 원했으나 미국으로 공부하러 갈 수 없다.

5) nhận

Em Mai nhận được học bổng.
Mai는 장학금을 받았다.

Làm sao (mà) tớ nhận được tin anh ấy.
어떻게 내가 그에게 소식을 받았겠어.(불가능)

Cậu nhận được bức thư của bạn Minh chưa?
너는 Minh의 편지를 받았어?

새로운 단어

bằng lái xe	운전면허증	**ô**	우산
chìa khoá	열쇠	**quốc tịch**	국적
để	두다, ~을/를 위해	**tin**	소식, 정보, 믿다
học bổng	장학금	**tốt nghiệp**	졸업하다
Nhà hát Lớn	오페라하우스	**va li**	캐리어, 여행 가방
nhớ	기억하다, 보고싶다	**việc làm**	직업, 일거리

연습문제

단어와 의미를 연결하세요.

nhớ •	• 소식, 믿다
tốt nghiệp •	• 졸업하다
bằng lái xe •	• 기억하다
tin •	• 두다
để •	• 운전면허증

ô •	• 우산
va li •	• 열쇠
chìa khoá •	• 직업, 일자리
quốc tịch •	• 캐리어, 여행 가방
việc làm •	• 국적

II 문법

1. được의 다양한 용법

1) 기간 표현

'~한지 ~가/이 되었다'의 의미로, 기간 표현을 한다.

문형	예문
주어 + (đã) + 동사 + được + 기간 + rồi	**Em ấy học vẽ được 3 năm rồi.** 그 아이는 그림 공부한 지 **3**년 되었다.
	Tôi làm việc ở công ty này được 10 năm rồi. 나는 이 회사에서 일한 지 **10**년 되었다.

2) 결과, 받아들임의 표현

'~하게 되다'의 의미로, 어떤 행위의 결과나 무엇을 받아들임을 표현한다.

문형	예문
주어 + 동사 + **được** (+ 목적어)	**Tôi lấy được bằng lái xe.** 나는 운전면허증을 취득하게 되었다.
	Tôi tìm được con đường đến Nhà hát Lớn. 나는 오페라 하우스에 가는 길을 찾게 되었다(찾았다).

3) 가능과 허락의 표현

	문형	예문
긍정문	1) 주어 + có thể + 동사 được 2) 주어 + có thể + 동사 3) 주어 + 동사 + được	Tôi có thể đi xe máy được. 나는 오토바이를 탈 수 있다. (능력 → 가능)
		3 giờ chiều thì tôi có thể đi được. 3시에 나는 갈 수 있다. (상황 → 가능)
		Em có thể ngồi ghế này được. 너는 이 의자에 앉을 수 있다. (허가)
부정문	1) 주어 + không thể + 동사 được 2) 주어 + không + 동사 được 3) 주어 + 동사 + không được	Tôi không thể đi xe máy được. 나는 오토바이를 탈 수 없다. (능력 → 불가능)
		3 giờ chiều thì tôi không thể đi được. 3시에 나는 나갈 수 없다. (상황 → 불가능)
		Em không thể ngồi ghế này được. 너는 이 의자에 앉을 수 없다. (불허가)
의문문	Q: 1) 주어 + có thể + 동사 được không? 2) 주어 + có + 동사 được không? 3) 주어 + 동사 + được không? A: 긍정) Được. 부정) Không được.	Q: Cậu có thể đi xe máy được không? 너는 오토바이를 탈 수 있어? (능력 → 가능) A: 긍정) Được. 부정) Không được.
		Q: Em có thể ngồi ghế này được không? 제가 이 의자에 앉아도 될까요? (허가) A: 긍정) Được. 부정) Không được.

4) 수동태와 능동태

① **được**

긍정적인 일을 받아들이거나 그러한 의미를 나타낼 때 사용한다.

	문형	예문
수동태	주어 + **được** + 동사	**Em Mai được cô Nga khen.** **Mai**는 **Nga** 선생님의 칭찬을 받았다.
능동태	주어 + 동사	**Cô Nga khen em Mai.** **Nga** 선생님은 **Mai**를 칭찬했다.

② **bị**

부정적인 일을 받아들이거나 그러한 의미를 나타낼 때 사용한다.

	문형	예문
수동태	주어 + **bị** + 동사	**Anh ấy bị cảnh sát bắt.** 그는 경찰에게 잡혔다.
능동태	주어 + 동사	**Cảnh sát bắt anh ấy.** 경찰이 그를 잡았다.

2. làm sao mà ~ được

Không thể ~ được와 유사한 의미를 갖고 있는 문형으로 '어떻게 ~했겠어(하지 않았다)'의 의미다.

문형	예문
주어 + **làm sao** (mà) + 동사 **được.**	**Tôi làm sao (mà) mang cái va li được.** 어떻게 내가 이 여행 가방을 운반할 수 있겠어(운반할 수 없다).
	Máy vi tính này đắt lắm, tôi làm sao (mà) mua được. 이 컴퓨터는 매우 비싸서 어떻게 내가 살 수 있겠어(살 수 없다).
주어 + 동사 + **làm sao được.**	**Tôi mang cái va li làm sao được.** 어떻게 내가 이 여행 가방을 운반할 수 있겠어(운반할 수 없다).
	Máy vi tính này đắt lắm, tôi mua làm sao được. 이 컴퓨터는 매우 비싸서 어떻게 내가 살 수 있겠어(살 수 없다).
Làm sao (mà) + 주어 + 동사 **được.**	**Làm sao tôi mang cái va li được.** 어떻게 내가 이 여행 가방을 운반할 수 있겠어(운반할 수 없다).
	Máy vi tính này đắt lắm, làm sao mua được. 이 컴퓨터는 매우 비싸서 어떻게 내가 살 수 있겠어(살 수 없다).

3. A mãi mà không B

기대나 소망에 비해 '오랫동안 ~해도 안 된다'의 의미로 사용하며, **không** 대신 **chưa**를 사용할 수 있다.

문형	예문
주어 + 동사[1] + mãi mà không / không thể + 동사[2]	**Tôi tìm mãi mà không nhớ để chìa khoá ở đâu.** 나는 계속 찾았지만 열쇠를 둔 곳이 기억이 안 났다.
	Tôi muốn mãi mà không thể đi Mỹ học. 나는 계속 원했으나 미국으로 공부하러 갈 수 없다.
주어 + 동사[1] + mãi mà (vẫn) chưa + 동사[2]	**Chị tôi mua mãi mà vẫn chưa mua máy vi tính mới.** 내 누나/언니는 계속 사기를 원했으나 새 컴퓨터를 아직 못 샀다.
	Tôi muốn viết xong mãi mà vẫn chưa viết xong luận án. 나는 계속 쓰기를 끝내기 원했으나 아직 논문 쓰기를 끝내지 못했다.

연습문제

다음 문장을 베트남어로 적으세요.

1) 나는 자동차를 운전(**lái xe**)할 수 있다.

→ ____________________

2) 이 집이 매우 비싸서 내가 어떻게 살 수 있겠어.

→ ____________________

3) 내 형/오빠는 장학금을 받았다.

→ ____________________

4) 나는 계속 원했으나 코트를 살 수 없었다.

→ ____________________

5) 나는 아버지에게 꾸지람(**mắng**)을 받았다.

→ ____________________

6) 나는 탕롱 서점(hiệu sách Thăng Long)까지 가는 길을 찾게 되었다(찾았다).

→ ______________________________

7) 누군가(người nào) 내 모자(mũ)를 갖고 갔다.

→ ______________________________

8) 제가 사무실(văn phòng)에 들어가도(vào) 될까요?

→ ______________________________

9) 나는 계속 찾았지만 신용카드를 둔 곳이 기억이 안 났다.

→ ______________________________

10) 그는 프랑스(Pháp) 국적을 갖고 있다.

→ ______________________________

Ⅲ 읽기

새로운 단어

cố gắng	노력하다	luật	법(률)
chăm chỉ	열심히 하다	nghỉ đông	겨울방학
điểm cao	높은 점수	thực tập	연습/실습하다

다음 문장을 듣고 따라해 보세요.

Tôi là sinh viên năm thứ 3, Đại học Ngoại ngữ Hàn Quốc.

Nghỉ đông này, tôi sẽ đi Hà Nội để thực tập tiếng Việt.

Tôi muốn học luật Việt Nam để làm việc ở Việt Nam.

Tôi học chăm chỉ thì sẽ được điểm cao và lấy được học bổng.

Vì vậy, tôi đang cố gắng học tiếng Việt!

동사의 의미를 생각하며 해석해 봅시다.

Tôi là sinh viên năm thứ 3, Đại học Ngoại ngữ Hàn Quốc.
나는 한국외국어대학교 3학년 학생입니다.

Nghỉ đông này, tôi sẽ đi Hà Nội để thực tập tiếng Việt.
이번 겨울방학에 나는 베트남어 실습을 위해 하노이에 갑니다.

Tôi muốn học luật Việt Nam để làm việc ở Việt Nam.
나는 베트남에서 일하기 위해 베트남 법을 공부하기 원합니다.

Tôi học chăm chỉ thì sẽ được điểm cao và lấy được học bổng.
내가 열심히 공부하면 높은 점수를 받고 장학금을 받을 수 있습니다.

Vì vậy, tôi đang cố gắng học tiếng Việt!
그래서 저는 베트남어 공부에 노력하고 있습니다!

연습문제

다음을 듣고 문장을 완성하세요.

Tôi là sinh viên ( ), Đại học Ngoại ngữ Hàn Quốc.

Nghỉ đông này tôi sẽ đi Hà Nội để ( ) tiếng Việt.

Tôi muốn học ( ) Việt Nam để ( ) ở Việt Nam.

Tôi học ( ) thì sẽ được ( ) và lấy được học bổng.

Vì vậy, tôi đang cố gắng học tiếng Việt!

다음 문장을 베트남어로 적으세요.

1) 너(cậu)는 Lan의 소식을 받았어?

→ ______________________________

2) 18세가 되면 너(em)는 주민등록증(giấy chứng minh nhân dân)을 만들(làm) 수 있다.

→ ______________________________

3) 나는 어머니에게 혼났다(phê bình).

→ ______________________________

4) 나는 피곤해서 영화를 보러 가고 싶지 않다(가기를 원하지 않는다).

→ ______________________________

5) 내가 먼저 출발(xuất phát)해도 될까요?

→ ______________________________

6) 그가 누구(ai)인지 내가 어떻게 알겠어요(모른다).

→ ______________________________

7) 내가 이 우산을 가지고 가도 될까요?

→ ______________________________

8) 나는 계속 찾았으나 사전을 둔 곳이 기억이 난다.

→ ______________________________

9) 이 자전거가 무거워서 내가 어떻게 운반할 수 있겠어요(할 수 없다).

→ ______________________________

10) 나는 계속 찾았으나 지도(bản đồ)를 둔 곳이 기억이 안 났다.

→ ______________________________

예술 문화

I. 중부지방 고산지대의 공악기 문화 (Không gian văn hóa Cồng Chiêng Tây Nguyên)

공악기 문화는 베트남 중부지방 고산지대 꼰 뚬(Kon Tum)성, 쟈 라이(Gia Lai)성, 닥 락(Đắk Lắk)성, 닥 농(Đắk Nông)성, 럼 동(Lâm Đồng)성의 바 나(Ba Na)족, 써 당(Xơ Đăng)족, 므농(M'Nông)족 등 소수민족에 의해서 계승되어 온 예술문화이다. 공악기(Cồng Chiêng)는 소수민족의 신성한 힘을 상징하는 악기로 개인의 삶을 담고 있으며, 집 짓기, 장례식, 전쟁 승리 기원 등을 위해 연주되었다. 공소리는 신과의 소통을 염원하는 종교의식을 반영한다고 한다. 시간과 공간적 흐름의 역사를 담은 유산인 공악기는 대부분의 소수민족에서는 남성만 연주하게 되어 있지만, 여성만 또는 남녀가 모두 연주하는 소수민족도 있다. 지역사회 생활의 모든 의식의 중심이 되는 공악기 문화는 2005년 유네스코 인류무형문화유산에 등재되었다.

II. 궁중음악 냐 냑 (Nhã nhạc cung đình Huế)

냐 냑은 '우아한 음악'이라는 뜻으로, 왕조의 권력과 장수를 상징하며 무용과 가극을 아우르는 음악의 한 장르이다. 주로 종교의식이나 궁중에서 행해지는 의례나 공식 연회에서 연주되었다. 17세기에 출현하여 응우옌 왕조(nhà Nguyễn, 1802~1945) 시기 후에(Huế)에서 절정을 이루었고, 종교 의례 음악, 궁중 의식 음악, 궁중 무용, 궁중 전통 가극 뚜옹(tuồng) 등의 장르로 구분된다. 후에 궁중음악은 중국, 참파의 문화와 불교, 유교의 영향을 통합·수용하고 고유의 문화에 맞게 체화하는 과정을 끊임없이 거쳤다. 궁중음악 냐 냑은 2003년 유네스코 인류무형문화유산에 선정되었는데 이는 베트남 최초로 등재된 인류무형문화유산이다.

MEMO

Bài
13

행위 동사 Ⅱ

학습목표

1. 과거 사실을 강조하는 có + 동사의 쓰임과 '~에 몰두하다'의 mải + 동사의 쓰임을 익혀 활용할 수 있다.
2. 가벼운 명령, 제안을 표현하는 Hãy ~ đi의 쓰임을 익혀 활용할 수 있다.

I 들어가기

오늘의 단어

đợi	기다리다	**xem**	보다
gửi	보내다	**nghỉ**	쉬다
hỏi	묻다, 물어보다		

오늘의 문장

1) đợi

Tôi không thể đợi cậu nữa.
나는 너를 더 기다릴 수 없어.

Hãy đợi một chút nữa nhé.
잠시만 더 기다려주세요.

Tôi đợi chuyến tàu điện ngầm sau.
나는 다음 지하철을 기다린다.

2) gửi

Em gửi lời thăm đến cô.
선생님에게 안부 인사를 보냅니다.

Mấy ngày trước tôi có gửi hồ sơ.
며칠 전에 나는 정말로 서류를 보냈다.

Tôi gửi sách cho bạn ấy bằng bưu phẩm quốc tế.
나는 국제 소포로 그 친구에게 책을 보냈다.

3) hỏi

Anh ấy mải nghĩ nên tôi hỏi mà không nghe.
그는 생각에 몰두하느라 내가 질문했지만 듣지 못했다.

Em đừng hỏi chị ấy về chuyện hôm qua.
너는 어제 일에 대해 그 누나/언니에게 묻지 말아야 한다.

Nếu em không biết câu hỏi này thì phải hỏi cô nhé.
만약 네가 이 질문을 모르면 반드시 물어보렴.

4) xem

Cậu xem cái mũ của tôi thế nào?
내 모자가 어때 보여?

Tôi mải xem phim nên quên ăn cơm.
나는 영화 보는데 몰두하느라 밥 먹는 것을 잊었다.

Tôi có xem phim <Tấm Cám: Chuyện chưa kể>.
나는 정말 <떰깜 : 끝나지 않은 이야기>를 봤다.

5) nghỉ

Sau khi làm việc xong, em nghỉ đi.
일이 끝난 후에 너는 쉬렴.

Hôm nay tôi nghỉ học vì bị cảm.
감기때문에(걸려서) 오늘 나는 공부를 쉬었다.

Chúng ta hãy làm việc trước đi rồi nghỉ sau.
우리 일을 먼저하고 나중에 쉬자.

새로운 단어

bị cảm	감기에 걸리다	**đừng**	~하지 말라
bưu phẩm quốc tế	국제 소포	**hồ sơ**	서류
câu hỏi	질문	**lời thăm**	안부의 말
chuyến	이동 편	**nghĩ**	생각하다
chuyện	사건, 이야기(하다)	**quên**	잊다

연습문제

단어와 의미를 연결하세요.

nghĩ	서류
lời thăm	잊다
đừng	~하지 말라
quên	생각하다
hồ sơ	안부의 말

bị cảm	국제 소포
chuyện	질문
câu hỏi	이동 편
bưu phẩm quốc tế	사건, 이야기(하다)
chuyến	감기에 걸리다

II 문법

1. có + 동사

어떠한 일이 발생했고, 발생할 것임을 강조하거나 과거 사실의 확정, 입증을 나타낼 때 사용하며, '꼭 ~한다' 또는 '정말로 ~했다'의 의미다.

문형	예문
주어 + có + 동사 (+ 목적어)	**Mấy ngày trước tôi có gửi hồ sơ.** 며칠 전에 나는 정말로 서류를 보냈다.
	Tôi có xem phim <Tấm Cám: Chuyện chưa kể>. 나는 정말 <떰깜 : 끝나지 않은 이야기>를 봤다.
	Ngày mai tôi có đi học. 내일 나는 꼭 학교에 간다.

2. mải + 동사

주어가 어떠한 일에 너무 몰두하여 다른 일을 잊거나 놓치는 것을 표현할 때 사용하며, '~에 몰두하느라 ~하다', '계속해서 ~하느라 ~하다'의 의미다.

문형	예문
주어 + mải + 동사 (+ 목적어)	**Anh ấy mải nghĩ nên tôi hỏi mà không nghe.** 그는 생각에 몰두하느라 내가 질문했지만 듣지 못했다.
	Tôi mải xem phim nên quên ăn cơm. 나는 영화 보는데 몰두하느라 밥 먹는 것을 잊었다.
	Tôi mải đọc sách nên không nghe gì. 나는 책을 읽는데 몰두하느라 아무것도 듣지 못했다.

3. 명령, 제안을 표현

가벼운 명령이나 제안을 나타낼 때 사용한다. **Hãy**는 동사 앞, **đi**는 문장 마지막에 위치하며, **hãy**와 **đi**를 따로 사용할 수 있다.

문형	예문
Hãy + 동사 + đi	**Chúng ta hãy làm việc trước đi rồi nghỉ sau.** 우리 일을 먼저 하고 나중에 쉬자.
	Em hãy đọc câu số 8 đi! (너는) 8번 문장을 읽어보세요!
Hãy + 동사	**Hãy đợi một chút nữa nhé.** 잠시만 더 기다려주세요.
	Hãy uống cà phê nhé. 커피를 마시세요.
동사 + đi	**Sau khi làm việc xong, em nghỉ đi.** 일이 끝난 후에 너는 쉬렴.
	(Em) Ăn một bát phở bò nữa đi. (너는) 소고기 쌀국수 한 그릇을 더 먹으렴.

A rồi B

두 가지의 서로 연속된 행동을 표현하며, A 행동을 하고나서 곧 바로 B 행동을 하는 것을 나타낸다.

● 유사한 의미의 동사 쓰임

어휘	예문
xem (텔레비전, 영화 등) 집중하여 보다	**Hôm qua, tôi xem bóng đá.** 어제 나는 축구를 봤다.
	Buổi tối, bố tôi thường xem ti vi 저녁에 아버지는 보통 텔레비전을 보신다.
ngắm (경치 등을 감상하며) 보다	**Tôi thích đi ngắm biển.** 나는 바다 보러 가는 것을 좋아한다.
	Tôi hay ngồi ở đây để ngắm phong cảnh. 나는 자주 여기에 앉아서 경치를 본다.
nhìn (목적을 가지고) 보다	**Anh đang nhìn cái gì?** 형/오빠는 무엇을 보고 있어요?
	Hai người nhìn nhau. 두 사람은 서로 바라 보았다.
thấy (자연스럽게 보이는 것을) 보다	**Em đi thẳng đến cuối đường này thì sẽ thấy ngân hàng VN.** 이 길 끝까지 직진하면 **VN** 은행이 보일 거야.
	Tôi thấy Phú Quốc đẹp lắm! 내가 보기에 푸 꾸옥은 매우 아름다워요!
trông (돌보거나 지키며) 보다	**Nhà hàng này có người trông xe.** 이 식당에는 차를 지키는 사람(발레파킹)이 있다.
	Tôi thường đến nhà chị gái tôi để trông cháu tôi. 나는 보통 조카를 돌보기 위해 누나/언니 집에 간다.

* **thấy**는 '느끼다(=**cảm thấy**)'와 '생각하다(=**nghĩ**)'의 의미로도 사용한다.

연습문제

다음 문장을 베트남어로 적으세요.

1) 어제 오후 나는 길에서 정말로 Lan을 만났다.

→ ______________________________

2) 나는 텔레비전 보는 데 몰두했기 때문에 학교 가는(đi học) 시간을 잊었다.

→ ______________________________

3) 나는 탕롱 서점(hiệu sách Thăng Long)에 가는 길을 물어 봤다.

→ ______________________________

4) 숙제를 먼저 끝내고(명령) 너(em)는 쉬렴.

→ ______________________________

5) 나는 국제 등기(đảm bảo quốc tế)로 서류를 보냈다.

→ ______________________________

6) (형/오빠는) 잠시만 더 기다려주세요(제안).

→ ______________________________

7) 나는 자주 영화를 보러 간다.

→ ______________________________

8) 너(cậu)는 누구를 보고(nhìn) 있니?

→ ______________________________

9) 할아버지, 할머니께 안부를 전합니다.

→ ______________________________

10) 운동이 끝난 후 나는 잠시 쉬었다.

→ ______________________________

III 읽기

새로운 단어

A rồi B	A하고서 B하다	**kí**	서명하다
bưu kiện	소포	**tờ khai**	신고서, 신청서

다음 문장을 듣고 따라해 보세요.

A: Chào chị. Chị cho tôi gửi bưu kiện này đi Hàn Quốc.

B: Trong bưu kiện này có những gì?

A: Có mấy quyển sách và cà phê.

B: Thế, chị muốn gửi nhanh hay gửi thường?

A: Tôi muốn gửi nhanh.

B: Dạ, chị viết vào tờ khai này rồi kí tên nhé.

동사의 의미를 생각하며 해석해 봅시다.

A: Chào chị. Chị cho tôi gửi bưu kiện này đi Hàn Quốc.
안녕하세요. 이 소포를 한국으로 보내주세요.

B: Trong bưu kiện này có những gì?
이 소포 안에는 무엇들이 있나요?

A: Có mấy quyển sách và cà phê.
책 몇 권과 커피가 있어요.

B: Thế, chị muốn gửi nhanh hay gửi thường?
그럼 빠르게 보내고 싶으세요? 아니면 일반으로 보내고 싶으세요?

A: Tôi muốn gửi nhanh.
빠르게 보내고 싶어요.

B: Dạ, chị viết vào tờ khai này rồi kí tên nhé.
네, 이 신청서를 적고 나서 서명해주세요.

✪ hay

선택적 의문문에 사용된다.

Anh uống cà phê hay uống trà?
형/오빠는 커피를 마시겠어요 아니면 차를 마시겠어요?

연습문제

다음을 듣고 문장을 완성하세요.

A: Chào chị. Chị cho tôi (   ) bưu kiện này (   ) Hàn Quốc.

B: Trong bưu kiện này có (   ) gì?

A: Có (   ) quyển sách và cà phê.

B: Thế, chị muốn gửi (   ) hay gửi (   )?

A: Tôi muốn gửi nhanh.

B: Dạ, chị viết vào (   ) này rồi (   ) nhé.

연습문제

다음 문장을 베트남어로 적으세요.

1) 나는 경치 보는 것을 좋아한다.

→ ______

2) 나는 Lan 누나/언니에게 감사(cảm ơn)의 말을 전했다.

→ ______

3) 쉴 때(khi) 나는 보통 음악을 듣는다.

→ ______

4) 너(em)는 여기서 기다리렴.

→ ______

5) 나는 생각에 몰두하느라 아무 것도 못 봤다(thấy).

→ ______

6) 나는 정말로 영화 기생충(Kí sinh trùng)을 봤다.

→ ______________________________

7) 나는 친구의 이름을 물었다.

→ ______________________________

8) 나는 약 15분 (동안) 친구를 기다렸다.

→ ______________________________

9) 이번주 토요일에 나는 꼭 새 노트북(máy tính xách tay)을 산다.

→ ______________________________

10) 네(cậu)가 볼 때 내(tớ) 운동화가 어때?

→ ______________________________

예술 문화

III. 꾸안 호 민요(Dân ca Quan họ)

여러 세대를 거쳐 구전으로 전승되어 온 민요 꾸안 호(Quan họ)는 베트남 북부의 박 닝(Bắc Ninh)성과 박 장성(Bắc Giang)성 일대 낑 박(Kinh Bắc) 지역에서 불린다. 음악, 가사, 의상 등 축제의 요소들이 한데 어우러진 복합예술로 베트남 민요 장르 중에서 가락이 가장 다양하여 약 200여 개의 변주 가락과 400여 개의 노래 가사가 있다. 또한 마을 사이의 친교에 관한 관습인 꾸안 호는 돌림노래 형식으로 한 마을 출신 여성들이 다른 마을 출신 남성들과 비슷한 가락에 맞춰 서로 다른 노랫말로 곡조를 주고받는다. 꾸안 호 노래는 지역사회의 정신·철학·정체성을 표현하며, 귀중한 문화적 관습을 공유하는 마을 안팎에서 사회적 유대를 형성하도록 돕는다. 꾸안 호 민요는 2009년 유네스코 인류무형문화유산에 등재되었다.

IV. 까 쭈(Ca trù) 가창

까 쭈는 13~15세기에 출현한 베트남에서 가장 오래된 독특한 예술 형태의 하나로, 시를 노래로 부르는 예술 형식이다. 지역과 시대에 따라 '꼬 더우(hát cô đầu) 부르기', '냐 쪼(hát nhà trò) 부르기', '아 다오(hát ả đào) 부르기' 등의 명칭이 있다. 까 쭈에는 약 50여 개의 서로 다른 음악 형태(가락)가 있다. 까 쭈 공연에는 노래하면서 파익(phách)을 연주하는 여성 가수 다오(đào, 까 느엉(ca nướng)이라 부르기도 함), 베트남 악기 단 다이(đàn đáy)를 연주하는 남성 악기 연주자 깹(kép)과 쫑 쩌우(trống chầu)를 연주하는 음악가 꾸안 비엔(quan viên)이 있다. 꾸안 비엔은 까 쭈 가수와 연주자 집단 출신의 음악가이거나 곡의 작사가이기도 하다. 까 쭈의 가사는 학문적 특성과 함께 시적인 느낌을 갖고 있으며, 베트남 전통예술 중 특별한 의미를 갖는다. 까 쭈는 2009년 유네스코 긴급 보호 무형문화유산에 등재되었다.

MEMO

Bài 14

학습 동사

학습목표

1. 강한 부정을 나타내는 không + 동사 + gì cả의 쓰임을 익혀 활용할 수 있다.
2. 이유를 설명하는 không phải chỉ vì A mà còn là vì B의 쓰임을 익혀 활용할 수 있다.
3. 목적을 묻고 답하는 để làm gì?의 쓰임을 익혀 활용할 수 있다.

I 들어가기

오늘의 단어

hiểu	이해하다	cố gắng	노력하다
nghĩ	생각하다	nghiên cứu	연구하다
nhầm	실수하다, 잘못 알다		

오늘의 문장

1) hiểu

Em hiểu hết bài này.
나는 이 과를 다 이해했습니다.

Tôi hiểu rõ ý nghĩa của việc đó.
나는 그 일의 의미를 확실히 이해합니다.

Bạn ấy nói cái gì (mà) tôi không hiểu gì cả.
그 친구가 뭐라고 말했는지 나는 전혀 이해하지 못했다.

2) nghĩ

A: Anh đang nghĩ gì?
형/오빠는 무엇을 생각하고 있으세요?

B: Anh chẳng nghĩ gì cả. Chỉ nghỉ thôi.
나는 전혀 생각하지 않고 있어. 단지 쉬고 있어.

Đừng nghĩ đến việc ấy nữa.
더이상 그 일에 대해 생각하지 마시오.

3) nhầm

Chị đang nhầm em với người khác rồi.
누나/언니는 저를 다른 사람으로 착각하고 있어요.

Ôi, tớ nhầm giữa đồ vật của cậu và của tớ.
오, 내가 네 것과 내 것을 착각 했어.

Tôi đến muộn không phải chỉ vì tắc đường mà còn là vì tôi đi nhầm đường.
내가 늦게 도착한 것은 길이 막혔을 뿐만 아니라 내가 길을 잘못 갔기 때문이다.

4) cố gắng

Nếu cố gắng học thì em sẽ nhận được học bổng.
만약 네가 열심히 공부하면 너는 장학금을 받을 수 있을 것이다.

Tuy trời mưa nhưng tôi cố gắng đến lớp đúng giờ.
비록 큰 비가 왔지만 나는 정각에 학교에 도착할 수 있게 노력했다.

Em trai tôi thi đỗ kì thi này không phải chỉ vì em ấy thông minh mà còn là vì em ấy cố gắng học (nữa).
내 남동생이 이 시험에 합격한 것은 동생이 총명할 뿐만 아니라 동생이 열심히 공부했기 때문이다.

5) nghiên cứu

Tớ học tiếng Việt để nghiên cứu về văn hoá Việt Nam.
나는 베트남 문화에 관해 연구하기 위해 베트남어를 공부한다.

Cô ấy nghiên cứu năng lượng hạt nhân trong suốt cuộc đời mình.
그녀는 평생 동안 원자력 연구를 했다.

Anh ấy nghiên cứu về động vật hoang dã ở Châu Phi.
그는 아프리카의 야생동물에 관해 연구한다.

새로운 단어

cuộc đời	삶, 생애	hoang dã	야생(의)
chẳng	결코 ~아니다	năng lượng hạt nhân	원자력
Châu Phi	아프리카	tắc đường	길이 막히다
động vật	동물	thi đỗ	합격하다
đường	길, 설탕	rõ	명확한, 파악하다
hết	모두, 끝나다	ý nghĩa	의미

연습문제

단어와 의미를 연결하세요.

động vật	동물
rõ	모두, 끝내다
ý nghĩa	야생(의)
hết	명확한
hoang dã	의미

tắc đường	합격하다
cuộc đời	원자력
thi đỗ	길이 막히다
Châu Phi	삶, 생애
năng lượng hạt nhân	아프리카

II 문법

1. 강한 부정의 표현

'주어가 무엇을/아무것도 전혀 ~하지 않는다'의 의미로, 강한 부정을 나타낸다. **Gì cả** 대신 **ai cả**를 쓰면 '주어가 아무도 ~하지 않는다'의 의미, **đâu cả**를 쓰면 '주어가 아무 데도 ~하지 않는다'의 의미가 된다.

문형	예문
주어 + **không/chẳng** + 동사 + **gì cả**	**Bạn ấy nói cái gì (mà) tôi không hiểu gì cả.** 그 친구가 뭐라고 말했는지 나는 전혀 이해하지 못했다.
	Hôm qua tôi không ăn gì cả. 어제 나는 아무것도 먹지 않았다.
주어 + **không/chẳng** + 동사 + **ai cả**	**Tôi không muốn gặp ai cả.** 나는 아무도 만나고 싶지 않다.
	Chị Lan không thích ai cả. **Lan** 누나/언니는 아무도 안 좋아한다.
주어 + **không/chẳng** + 동사 + **đâu cả**	**Chiều hôm qua, tôi không đi đâu cả.** 어제 오후에 나는 어디에도 안 갔다.
	Tôi không muốn đi đâu cả. 나는 어디에도 가고 싶지 않다.

2. 이유를 설명하는 표현

어떠한 사건의 이유를 설명하는 표현으로, '주어가 동사한 것은 이유[1]뿐 아니라 이유[2] 때문이다'의 의미다. 문장 마지막에 '**nữa**'를 같이 사용할 수 있다.

문형	예문
주어 + 동사 + **không phải chỉ vì** + 이유[1] + **mà còn là vì** 이유[2]	**Tôi đến muộn không phải chỉ vì tắc đường mà còn là vì tôi đi nhầm đường.** 내가 늦게 도착한 것은 길이 막혔을 뿐만 아니라 내가 길을 잘못 갔기 때문이다.
	Em trai tôi thi đỗ kì thi này không phải chỉ vì em ấy thông minh mà còn là vì em ấy cố gắng học (nữa). 내 남동생이 이 시험에 합격한 것은 동생이 총명할 뿐만 아니라 동생이 열심히 공부했기 때문이다.

3. 목적을 묻고 답하기

Để는 행동의 목적을 묻는 표현으로 '~하기 위해'의 의미다.

문형	예문
Q: 주어 + 동사 + **để làm gì?** A: 주어 + 동사 + **để** + 목적.	**A: Cậu học tiếng Việt để làm gì?** 너는 무엇을 하기 위해 베트남어를 공부 해? **B: Tớ học tiếng Việt để nghiên cứu về văn hoá Việt Nam.** 나는 베트남 문화에 관해 연구하기 위해 베트남어를 공부해.
	A: Cậu gặp thầy Nam để làm gì? 너는 무엇을 하기 위해 **Nam** 선생님을 만나려고 해? **B: Tớ gặp thầy Nam để hỏi về bài tập của bài 3.** 나는 **3**과 연습문제에 관해 묻기 위해 **Nam** 선생님을 만나.

함께 알아두면 좋은 동사

어휘	예문
bảo 말하다, 명령하다	**Anh ấy bảo đi đường này.** 그는 이 길로 가라고 말했다(알렸다).
	Chị Loan bảo tôi đến nhà chị ấy lúc 3 giờ chiều nay. Loan 언니는 나에게 오후 3시에 언니 집에 오라고 했다.
mời 초대하다	**Chị Hoa mời chúng em đi xem phim.** Hoa 누나/언니가 우리를 영화 보러 가는데 초대했다.
	Ông Tuấn mời các nhân viên đi ăn cưới con trai của ông ấy. Tuấn씨는 직원들을 그의 아들 결혼식에 초대했다.
nhờ 부탁하다	**Em gái tôi nhờ tôi đưa em ấy đi sân bay.** 내 여동생은 나에게 공항에 데려다 달라고 부탁했다.
	Tôi nhờ bạn việc này được không? 내가 이 일을 너에게 부탁해도 될까?
khuyên 권하다, 조언하다	**Bố mẹ tôi khuyên tôi nên đi du học.** 부모님은 나에게 유학을 권했다.
	Tôi khuyên bạn tôi thuê nhà ở gần trường. 나는 친구에게 학교 근처에 집을 빌리라고 조언했다.

연습문제

다음 문장을 베트남어로 적으세요.

1) 나는 Lan이 무슨 생각을 하는지 모르겠다.

→ ______________________________

2) 지난주 토요일에 나는 아무도 안 만났다.

→ ______________________________

3) 나는 베트남어 발음(phát âm) 연습(luyện)에 노력하고 있다.

→ ______________________________

4) 선생님(cô)은 나에게 오늘 오후 2시에 사무실로 오라고 말했다.

→ ______________________________

5) 그가 베트남어를 공부하는 것은 문화를 연구하기 위해서 일뿐 아니라 베트남 문학을 공부하기 위해서이다.

→ ______________________________

6) 너(cậu)는 하노이에 무엇을 하기 위해 가니?

→ ____________________

7) 나(tớ)는 친구를 만나기 위해 하노이에 가

→ ____________________

9) 어제 비가 와서 나는 아무데도 안 갔다.

→ ____________________

9) 저는 5과를 확실히 이해했어요.

→ ____________________

10) 더 이상 그 시험(thi)에 대해 생각하지 마.

→ ____________________

Ⅲ 읽기

새로운 단어

chúc	기원하다, 축하하다	ngữ pháp	문법
may mắn	행운(의)		

다음 문장을 듣고 따라해 보세요.

A: Hai tuần sau, tớ sẽ đi Hàn Quốc.

B: Cậu đi Hàn Quốc để làm gì?

A: Tớ đi Hàn Quốc để thực tập tiếng Hàn.

B: Thế à? Cậu nghĩ tiếng Hàn thế nào?

A: Tớ nghĩ ngữ pháp tiếng Hàn khó nhưng tớ sẽ cố gắng học!

B: Thế thì, chúc cậu may mắn.

동사의 의미를 생각하며 해석해 봅시다.

A: Hai tuần sau, tớ sẽ đi Hàn Quốc.
2주 후에 나 한국 가.

B: Cậu đi Hàn Quốc để làm gì?
너는 무엇을 하기 위해 한국에 가는 거야?

A: Tớ đi Hàn Quốc để thực tập tiếng Hàn.
나는 한국어 실습(연수)을 위해서 한국에 가.

B: Thế à? Cậu nghĩ tiếng Hàn thế nào?
그래? 너는 한국어가 어떻다고 생각 해?

A: Tớ nghĩ ngữ pháp tiếng Hàn khó nhưng tớ sẽ cố gắng học!
나는 한국어 문법이 어렵다고 생각하지만 열심히 공부할 거야!

B: Thế thì, chúc cậu may mắn.
그럼 행운을 기원 할게.

연습문제

다음을 듣고 문장을 완성하세요.

A: Hai tuần sau, tớ sẽ đi Hàn Quốc.

B: Cậu đi Hàn Quốc (   )?

A: Tớ đi Hàn Quốc để (   ) tiếng Hàn.

B: Thế à? Cậu (   ) tiếng Hàn (   )?

A: Tớ nghĩ (   ) tiếng Hàn khó nhưng tớ sẽ (   ) học!

B: Thế thì, (   ) cậu may mắn.

다음 문장을 베트남어로 적으세요.

1) 나는 전혀 이해하지 못했다.

→ ______________________

2) Nam 형/오빠는 나를 다른 사람으로 착각했다.

→ ______________________

3) Mai 누나/언니는 유럽(Châu Âu) 역사(lịch sử)를 연구한다.

→ ______________________

4) 어제 오후에 나는 아무데도 안 갔다.

→ ______________________

5) 큰 비(trời mưa to)가 내렸지만 나는 정각에 회사에 도착할 수 있게 노력했다.

→ ______________________

6) 너(em)는 무엇 하기 위해 자전거를 샀니?

→ ______________________________

7) 저(em)는 학교에 가기(đi học) 위해 자전거를 샀어요.

→ ______________________________

8) 교수님은 나에게 동남아(Đông Nam Á) 지리(địa lí) 연구를 권했다.

→ ______________________________

9) 나는 최선을 다해(hết sức) 너(bạn)를 돕기(giúp) 위해 노력할 것이다.

→ ______________________________

10) 네(cậu)가 네 우산과 내(tớ) 우산을 착각 했어.

→ ______________________________

기록문화

I. 응우옌 왕조의 목판(Mộc bản triều Nguyễn)

응우옌 왕조(1802-1945)의 목판은 사회의 규범, 행정 법규, 후세에게 공적을 전달하기 위하여 만든 특별한 형태의 자료이다. 응우옌 왕조 목판은 34,555개의 목판이 있고, 왕조에서 편찬한 정사, 고전, 역사책 등을 수록하는 데 도움을 주었다. 수작업으로 한 한 놈(Hán Nôm) 문자를 거꾸로 새긴 목판 조각 기법은 독특한 예술작품으로, 베트남의 목판 새김 및 인쇄업의 발달을 보여준다. 약 1,935권의 책들에 대한 152건의 표제를 포함하고 있으며, 역사, 지리학, 군사, 입법, 산문 및 운문, 종교-이상-철학, 언어-문학, 사회 정치학, 문화-교육의 9가지 주제를 다루고 있다. 베트남 기록 유산으로 처음 2009년 유네스코 기록문화 유산에 등재되었다.

II. 레왕조와 막왕조 석비 (Bia tiến sĩ Văn Miếu Thăng Long)

베트남 최초의 대학인 문묘 국자감(Văn Miếu - Quốc Tử Giám)에는 레왕조(nhà Lê)와 막왕조(nhà Mạc) 시대(1442~1779)의 과거 합격자 명단을 기록해 놓은 82개의 석비가 있다. '재능이 있고 덕이 높은 사람이 나라를 일으키는 힘'이라는 신념으로 기록된 이 석비는 유교가 베트남에 어떻게 전해져 문화와 이념에 적합하도록 변형되었는지를 설명해 주고 있다. 또한 한자로 새겨져 있는 석비 내용은 한자로 된 고대 문서와 외국에 파견된 베트남 사절에 대한 정보를 담고 있어서 동북아시아 국가 간의 외교관계 연구에 귀중한 자료가 된다. 거북, 불사조 등 다양한 문양을 수작업으로 새긴 석비는 처음 세워진 장소에 보전되어 제작 방식과 상태, 역사적, 예술적 가치 등으로 사회적 영향력을 끼치고 있다. 이 석비는 2010년 유네스코 기록문화 유산에 등재되었다.

MEMO

Bài 15

최종 확인 문제

1. 빈칸에 공통으로 들어갈 말로 알맞은 것은?

- Bố tôi thường __________ nhà lúc 7 giờ tối.
- Chị Lan __________ nước vào thứ 5 tuần sau.

① về ② lấy

③ đổi ④ ghét

2. 빈칸에 공통으로 들어갈 표현으로 알맞은 것은?

- Tôi thích xem phim __________ thích đọc sách.
- Tôi ghen tị với người có tài năng __________ ghét họ.

① chứ không ② mãi mà

③ vẫn còn ④ ngoài ra

3. 빈칸 (a), (b)에 공통으로 들어갈 말로 알맞은 것은?

• Tôi ___(a)___ ghét người nói dối ___(b)___ .

• Tôi ___(a)___ thích nghe nhạc cổ điển ___(b)___ .

	(a)	(b)
①	cả	và
②	và	nên
③	chỉ	thôi
④	vừa	vừa

4. 빈칸 (a), (b)에 들어갈 말로 알맞은 것은?

A: Sản phẩm này hoàn tiền được không?

B: Cửa hàng này ___(a)___ đổi sản phẩm được ___(b)___ không hoàn tiền được.

	(a)	(b)
①	vì	nên
②	nếu	thì
③	tuy	nhưng
④	vừa	vừa

5. **빈칸에 공통으로 들어갈 말로 알맞은 것은?**

- **Em gái tôi ________ được học bổng.**
- **Cậu ________ được tin của Mai chưa?**

① đến ② ghét

③ nhận ④ sang

6. **빈칸에 공통으로 들어갈 말로 알맞은 것은?**

- **Người nào đã ________ cái mũ của tôi.**
- **Anh trai tôi ________ được bằng lái xe.**

① hỏi ② lấy

③ tới ④ thích

7. 빈칸에 공통으로 들어갈 말로 알맞은 것은?

- Mấy ngày trước tôi ________ gửi hồ sơ.
- Chiều qua, tôi ________ gặp Lan trên đường.

① có ② từ

③ đều ④ bằng

8. 빈칸에 공통으로 들어갈 말로 알맞은 것은?

- Tôi quên giờ đi học vì ________ xem ti vi.
- Anh ấy ________ nghĩ nên tôi hỏi mà không nghe.

① đều ② hơn

③ mải ④ tới

9. 빈칸 (a), (b)에 들어갈 말로 알맞은 것은?

- Nhà hàng này có người ___(a)___ xe.
- Chị Hoa mời chúng em đi ___(b)___ phim.

	(a)	(b)
①	xem	trông
②	nhìn	trông
③	trông	xem
④	trông	nhìn

10. 문장 표현이 옳은 것을 <보기>에서 고른 것은?

<보기>

a. Hãy đợi một chút nữa nhé.

b. Sau khi làm bài tập xong, em nghỉ đi.

c. Chúng ta hãy làm việc trước đi rồi nghỉ sau.

① a, b　　② a, c

③ b, c　　④ a, b, c

11. 빈칸에 공통으로 들어갈 말로 알맞은 것은?

- Giáo sư khuyên tôi __________ về địa lí Đông Nam Á.
- Cô ấy __________ năng lương hạt nhân trong suốt cuộc đời mình.

① mang ② nghỉ

③ thanh toán ④ nghiên cứu

12. 빈칸에 들어갈 말로 알맞은 것은?

A: Cậu gặp cô Nga __________?

B: Tớ gặp cô ấy để hỏi về bài tập của bài 3.

① khi nào ② với ai

③ để làm gì ④ vào thứ mấy

13. **다음 문장에 알맞은 성조를 표시하여 완성하시오.**

Tôi chưa đi Đưc lân nao.

→ ______________________________

14. **다음 문장에 알맞은 성조를 표시하여 완성하시오.**

Du bi mât vi nhưng tôi chi buôn chư không tưc giân.

→ ______________________________

15. **다음 문장에 알맞은 성조를 표시하여 완성하시오.**

May vi tinh nay co vân đê nên ngoai hoan tiên tôi con đươc bôi thương.

→ ______________________________

16. **다음 문장에 알맞은 성조를 표시하여 완성하시오.**

Tơ nhâm giưa đô vât cua câu va cua tơ.

→ ______________________________

17. **다음 빈칸에 알맞은 베트남어를 넣어 문장을 완성하시오.**

Tôi ____________ ____________ hoá đơn sau khi ____________ ____________.

나는 계산 후 영수증을 요청했다.

→ ____

18. **다음 빈칸에 알맞은 베트남어를 넣어 문장을 완성하시오.**

Tôi ____________ ____________ ____________ ____________ nhớ để chìa khoá ở đâu.

나는 계속 찾았으나 열쇠를 둔 곳이 기억이 안 났다.

→ ____

베트남어 인칭대명사

1인칭 단수	2인칭 단수	3인칭 단수
tôi 나 mình* 나	bạn 너	2인칭 단수 + ấy
tớ 나	cậu 너	
em 저(동생)	anh 형, 오빠 chị 누나, 언니	
cháu 저(손아랫사람)	chú 젊은 아저씨 cô 젊은 아주머니	
cháu 저(손아랫사람)	bác 아저씨, 아주머니	
cháu 저(손아랫사람)	ông 할아버지 bà 할머니	
em 저(학생)	thầy (남) 선생님 cô (여) 선생님	

* mình은 재귀대명사로 '~자신'을 칭하기도 한다.

1인칭 단수	2인칭 단수	3인칭 단수
chúng tôi 우리	các + 2인칭 단수	2인칭 복수 + ấy
chúng ta 우리		
chúng mình 우리		
chúng em 저희		
chúng cháu 저희		

* chúng tôi는 '듣는 사람(상대방)'을 포함하지 않는 '우리'이고, chúng ta는 '듣는 사람(상대방)'을 포함하는 '우리'이다.

부록 정답

Bài 1 기본 동사

I. 들어가기

단어와 의미를 연결하세요.

ngân hàng	은행
tên	이름
kĩ sư	기술자
một mình	혼자
tiếng Việt	베트남어

người	사람
gia đình	가족
bài tập	숙제
sinh viên	대학생
việc	일, 업무

Ⅱ. 문법

다음 문장을 베트남어로 적으세요.

1) Tôi học tiếng Anh.

2) Chị Mai sống ở Seoul.

3) Chị ấy tên không phải là Linh.

Tên chị ấy không phải là Linh.

4) Bố tôi làm việc ở ngân hàng.

5) Bạn có sống với gia đình không?

6) Anh có biết tiếng Nhật không?

7) Tôi không phải là người Đức.

8) Tên của em gái tôi là Ha-eun.

Em gái tôi tên là Ha-eun.

9) Bạn là người Mỹ phải không?

Bạn có phải là người Mỹ không?

10) Không phải. Tôi là người Pháp.

Ⅲ. 읽기

다음을 듣고 문장을 완성하세요.

Tôi (tên) là Ji-hee.

Tôi là (người) Hàn Quốc.

Tôi làm (sinh viên) Đại học (Ngoại ngữ) Hàn Quốc.

Tôi học (tiếng Việt) ở Đại học (Quốc gia) Hà Nội.

Tôi biết tiếng Việt và (một chút) tiếng Anh.

다음 문장을 베트남어로 적으세요.

1) Anh trai (của) tôi là luật sư.

2) Tôi học tiếng Anh.

3) Chị Lan có phải là sinh viên không?
Chị Lan là sinh viên phải không?

4) Min-ji sống ở Busan với gia đình.
Min-ji sống với gia đình ở Busan.

5) Bạn tôi biết tiếng Việt và một chút tiếng Nhật.

6) Bạn có biết tên của bạn ấy không?

7) Chị tên là Lan phải không? / Chị tên có phải là Lan không?
Tên chị là Lan phải không? / Tên chị có phải là Lan không?

8) Không phải, tôi tên / tên tôi là Linh.

9) Bạn là sinh viên phải không?
Bạn có phải là sinh viên không?

10) Ừ, tôi là sinh viên Đại học Quốc gia Hà Nội.

Bài 2 일상생활 동사 I

I. 들어가기

단어와 의미를 연결하세요.

giờ	맛있다
phim	시
ngon	원하다
muốn	영화
hôm nay	오늘

rất	소리, 시간···
tiếng	빠르다
muộn	너무, 매우
nước	늦다
nhanh	나라, 물

Ⅱ. 문법

다음 문장을 베트남어로 적으세요.

1) Anh ấy luôn luôn ăn cơm nhanh.
   Anh ấy luôn luôn ăn nhanh.

2) Hôm qua, tôi đi ngủ muộn.

3) Chị Mai đã nấu phở gà.

4) Tôi hay đi xem phim với bạn.

5) Vào cuối tuần, tôi thường đi mua sắm.

6) Linh nói khá chậm.

7) Ông Tuấn luôn luôn ăn sáng.

8) Bố tôi đang ngủ trưa.

9) Tôi đã ăn trưa ở căn tin.

10) Em trai tôi đang học tiếng Việt.

Ⅲ. 읽기

다음을 듣고 문장을 완성하세요.

Tôi thường thức dậy (lúc) 7 giờ (sáng).

Tôi (thích) món ăn Việt Nam (nên) hay đi ăn phở.

(Ngoài ra), sở thích của tôi là (nấu ăn).

(Khi) nấu ăn, tôi thích nói về (quá trình) nấu ăn.

(Ngày thường) tôi đi ngủ lúc 11 giờ đêm.

다음 문장을 베트남어로 적으세요.

1) Vào buổi trưa, tôi hay ăn bánh mì.

2) Tôi đang nấu phở bò.

3) Em gái tôi thường đi học lúc 9 giờ sáng.

4) Vào cuối tuần, tôi thức dậy muộn

5) Anh ấy luôn luôn nói đúng.

6) Mèo ngủ nhiều hơn con người.

7) Chị ấy nấu nước nóng pha cà phê.

8) Tôi mới / vừa / vừa mới ăn tối.

9) Anh trai tôi thường thức dậy lúc 7 giờ sáng.

10) Tôi và bạn tôi thích món ăn Hàn Quốc.

Bài 3 행동 동사 I

I. 들어가기

단어와 의미를 연결하세요.

lời	말, 가사
thư	편지
bài hát	노래
xung quanh	주변, 주위
ngày mai	내일

mời	초청하다
con chó	강아지, 개
báo thức	알람, 깨우다
thư viện	도서관
bố mẹ	부모님

Ⅱ. 문법

다음 문장을 베트남어로 적으세요.

1) Tôi đã sống ở Hà Nội.

2) Tôi sẽ học tiếng Anh.

3) Tôi chưa ăn trưa.

4) Tôi sắp đi ăn tối với bạn.

5) Khi nào chúng tôi nộp bài tập?

6) Thứ tư tuần sau, chúng tôi sẽ nộp bài tập.

7) Cậu đã nói cho bạn Mai chưa?

8) Chưa. Tôi chưa nói cho bạn Mai.

9) Cậu sống ở Đà Nẵng khi nào?

10) Tớ sống ở Đà Nẵng năm ngoái.

Ⅲ. 읽기

다음을 듣고 문장을 완성하세요.

A: Tớ định (đi du lịch) Đà Lạt.

B: (Khi nào) cậu đi Đà Lạt?

A: (Đầu tháng sau), tớ sẽ đi.

B: Thế cậu đặt (vé máy bay) đi Đà Lạt chưa?

A: Chưa, (cuối tuần) tớ sẽ đặt vé.

다음 문장을 베트남어로 적으세요.

1) Tôi chưa viết xong bài tập.

2) Tôi định gặp bạn ở rạp chiếu phim.

3) Ông đặt tên cho cháu gái là Ru-ah.

4) Cậu đã gặp cô Nga chưa?

5) Chưa, chiều hôm nay, tớ gặp cô Nga.

6) Mai là bạn đứng gần bàn.

7) Mời chị ngồi đây.

8) Khi nào cậu ăn trưa?

9) Tớ mới ăn trưa.

10) Tôi đã định đi Hà Nội.

Bài 4 취미 동사 I

I. 들어가기

단어와 의미를 연결하세요.

giỏi	범주, 종류
con suối	고전(적인)
luyện	잘하다
loại	개울, 시내
cổ điển	연습하다

trong	~안(에)
bóng đá	교실, 학급
sách	책
lớp	아기
em bé	축구

Ⅱ. 문법

다음 문장을 베트남어로 적으세요.

1) Tôi đang học nhảy hip-hop.

2) Tôi mới đọc *Truyện Kiều*.

3) Lan biết chơi đàn vi-ô-lông.

4) Ai đang hát bài "Người lạ ơi"?

5) Bạn Hùng đang hát bài ấy.

6) Chị thích nghe loại nhạc gì?

7) Chị thích nghe nhạc jazz.

8) Cuối tuần này, tôi chơi bóng rổ với các bạn.

9) Chị ấy vừa hát vừa nhảy.

10) Tôi vừa xem ti vi vừa ăn cơm

Ⅲ. 읽기

다음을 듣고 문장을 완성하세요.

A: (Sở thích) của bạn là gì?

B: Sở thích của tôi là (hát) và (chơi) piano. (Còn) bạn?

B: Tôi (cũng) thích hát (nhưng) thích (nghe) nhạc hơn.
Tôi thường (vừa) nghe nhạc (vừa) làm bài tập.

다음 문장을 베트남어로 적으세요.

1) Tôi vừa đọc sách vừa nghe nhạc.

2) Tôi thích nhảy.

3) Ai đang chơi cello?

4) Bạn Min-su đang chơi cello.

5) Sở thích của bố tôi là nghe nhạc cổ điển.

6) Chị ấy đang đọc tạp chí kinh tế.

7) Cậu thích chơi môn thể thao gì?

8) Tớ thích chơi bóng chày.

9) Chúng tôi nhảy qua con suối.

10) Em trai tôi vừa làm bài tập vừa nghe nhạc.

Bài 5 일상생활 동사 Ⅱ

Ⅰ. 들어가기

단어와 의미를 연결하세요.

단어	의미
ngay	곧, 바로
tự	스스로
thời tiết	날씨
khô	건조하다
bẩn	더럽다

단어	의미
xấu	안 좋다
giày thể thao	운동화
mặt	얼굴
tay	손
bát	그릇

Ⅱ. 문법

다음 문장을 베트남어로 적으세요.

1) Tôi thường giặt quần áo ba lần một tuần.

2) Trong khi rửa bát, tôi nghe nhạc.

3) Con chó của tôi không thích đánh răng.

4) Tôi hết rửa bát đến tắm.

5) Vì tôi thức dậy muộn nên đi học muộn.

6) Sau khi ăn cơm, tôi rửa bát ngay.

7) Trước khi đi ngủ, tôi quét dọn phòng.

8) Vào cuối tuần, tôi luôn luôn quét dọn sân nhà.

9) Anh ấy hết rửa mặt đến tắm.

10) Vì thời tiết xấu nên tôi không giặt quần áo.

Ⅲ. 읽기

다음을 듣고 문장을 완성하세요.

Sau khi thức dậy, tôi luôn luôn rửa mặt và (đánh răng).

Sau khi ăn cơm (xong), tôi thường rửa bát ngay.

Tôi thường (quét dọn) phòng trước khi tắm.

Tôi thường (giặt quần áo) hai hoặc ba (lần) một tuần.

다음 문장을 베트남어로 적으세요.

1) Anh ấy hết giặt quần áo đến quét dọn nhà.

2) Tôi đã giặt quần áo vì quần áo của tôi bẩn.

3) Tôi đánh răng ba lần một ngày.

4) Sau khi rửa mặt, tôi ăn sáng.

5) Tôi tự giặt giày thể thao bẩn.

6) Tôi tắm sau khi thức dậy.

7) Mẹ tôi quét dọn nhà một lần một ngày.

8) Trong khi quét dọn nhà, tôi nghe nhạc.

9) Sau khi ăn cơm, chúng tôi đánh răng ngay.

10) Trước khi đi ngủ, tôi đọc báo.

Bài 6 취미 동사 Ⅱ

Ⅰ. 들어가기

단어와 의미를 연결하세요.

giới trẻ	사진, 영상
sửa lại	젊은 세대
ảnh	지붕
đỉnh	수리하다
mái nhà	정상, 꼭대기

bể bơi	~위에, 오르다
lên	검사하다
cảnh	수영장
xét nghiệm	장면, 풍경
ngắm	보다, 감상하다

Ⅱ. 문법

다음 문장을 베트남어로 적으세요.

1) Lan không những viết thư mà còn nghe nhạc.

2) Tôi đôi khi đi bơi.

3) Em gái tôi hiếm khi đi ngủ muộn.

4) Bây giờ chị đi đâu?

5) Bây giờ tôi đi học vẽ.

6) Thầy Nam đang ở đâu?

7) Thầy Nam đang ở lớp.

8) Bạn đánh tennis ở đâu?

9) Mình thường đánh tennis ở sân vận động

10) Tôi không những thích đánh gôn mà còn thích bơi nữa.

Ⅲ. 읽기

다음을 듣고 문장을 완성하세요.

Tôi giới thiệu về sở thích của tôi.

Tôi (không những) thích bơi (mà còn) thích vẽ.

Ngoài ra, dạo này tôi đang học (đánh) piano.

Cuối tuần tôi (thỉnh thoảng) đi ra ngoài để (chụp ảnh) với chị gái, người có sở thích

(chụp ảnh).

다음 문장을 베트남어로 적으세요.

1) Hôm qua cậu đi đâu?

2) Hôm qua tớ đi rạp chiếu phim với mẹ.

3) Em học tiếng Anh ở đâu?

4) Em học tiếng Anh ở trung tâm ngoại ngữ.

5) Bạn thường ăn trưa ở đâu?

6) Tôi thường ăn trưa ở căn tin.

7) Chị ấy không những nấu phở bò mà còn nấu phở xào.

8) Bố tôi thỉnh thoảng đi leo núi.

9) Tôi không bao giờ hút thuốc lá.

10) Em trai tôi đôi khi đánh ghi-ta.

Bài 7 행동 동사 Ⅱ

Ⅰ. 들어가기

단어와 의미를 연결하세요.

đội	코트
áo khoác	목도리, 스카프
bán chạy	가게, 상점
cửa hàng	쓰다
khăn quàng cổ	잘 팔리다

kính râm	장갑
đúng giá	춥다
lạnh	선글라스
mĩ phẩm	정가
găng tay	화장품

Ⅱ. 문법

<Thử + 동사 + xem>을 활용하여 다음 문장을 베트남어로 완성하세요.

1) Cam này ngọt lắm! Chị thử ăn xem nhé.

2) Bài hát này rất hay, bạn thử nghe xem .

3) Cái mũ này đẹp quá! Cậu thử đội xem .

<Thêm ~ nữa>를 활용하여 다음 문장을 베트남어로 완성하세요.

1) Tôi mua thêm một quyển từ điển Việt - Hàn nữa.

2) Chị ấy uống thêm một cốc nước cam nữa.

3) Bố tôi ăn thêm một bát cơm nữa.

<Nếu A thì B>를 활용하여 다음 문장을 베트남어로 완성하세요.

1) Nếu có nhiều tiền thì tôi sẽ mua nhà mới.

2) Nếu bạn vẫn đói thì gọi thêm một bát phở bò.

3) Nếu có học bổng thì tôi sẽ mua thêm sách.

Ⅲ. 읽기

다음을 듣고 문장을 완성하세요.

A: Tôi mặc thử (áo lên này) được không?

B: Dạ, (phòng thử đồ) ở bên kia.

A: Áo này giá bao nhiêu?

B: Dạ, 49.000 won một cái. Nhưng bây giờ có (khuyến mãi) nên nếu chị (mua) một cái thì (tăng thêm) 1 áo len.

A: Tôi có phải (chọn) áo cùng màu không?

B: Dạ không, áo có cùng một (kiểu dáng) và (khác) màu cũng được ạ.

<Thử + 동사 + xem>을 활용하여 다음 문장을 베트남어로 완성하세요.

1) Món này rất ngon, anh <u>thử ăn xem</u>.

2) Bài báo này thu vị quá! Cậu <u>thử đọc xem</u>.

3) Loại bút bi này viết rất tốt, chị <u>thử viết xem</u>.

<Thêm ~ nữa>를 활용하여 다음 문장을 베트남어로 완성하세요.

1) Tôi gọi thêm một cốc cà phê nữa.

2) Tôi đọc thêm một quyển sách nữa.

3) Em bé ấy hát thêm một bài hát nữa.

<Nếu A thì B>를 활용하여 다음 문장을 베트남어로 완성하세요.

1) Nếu nắng gắt thì bạn đeo kính râm.

2) Nếu bạn vẫn khát thì gọi thêm một cốc trà đá.

3) Nếu trời lạnh thì em mặc thêm ao len.

Bài 8 중간 점검 복습 문제

1. ② là

2. ④ có phải là / không

3. ③ b, c

4. ① ăn bún chả Việt Nam ở căn tin.

5. ③ đứng

6. ③ chơi

7. ③ vừa ~ vừa

8. ① Vì ~ nên

9. ③ a, b

10. ④ không những ~ mà còn

11. ③ đâu

12. ② Nếu ~ thì

13. ② thử ~ xem

14. Tôi biết một chút tiếng Pháp.

15. Em gái tôi __mới / vừa / vừa mới__ __thức dậy__ .

16. Tôi __chưa__ __viết__ lời bài hát.

17. Tôi __đang__ __đọc__ *Nhật kí trong tù*.

18. Tôi và bạn tôi __thích__ __chụp__ ảnh selfie.

Bài 9 왕래발착 동사

I. 들어가기

단어와 의미를 연결하세요.

- **bị hỏng** — 고장 나다
- **đúng giờ** — 정각
- **lái xe** — 운전하다
- **đưa** — 바래다주다
- **bến xe buýt** — 버스 정류장

trường	학교
cuộc họp	모임, 회의
xe lửa	기차
trước	~앞의, ~전에
bạn trai	남자친구

Ⅱ. 문법

다음 문장을 베트남어로 적으세요.

1) Cậu đã đi Đà Lạt bao giờ chưa?
Cậu đã bao giờ đi Đà Lạt chưa?

2) Chưa. Tớ chua bao giờ đi Đà Lật. / Tớ chưa đi Đà Lạt bao giờ.

3) Bố tôi thường về nhà lúc 7 giờ tối.

4) Chúng tôi đến Tp. HCM và từ đó sang Mũi Né.

5) Tôi tự lái xe tới Busan.

6) Em đến công ty bằng gì?

7) Em đến công ty bằng tàu điện ngầm.

8) Tôi chưa lần nào đi Đức.
Tôi chưa đi Đức lần nào.

9) Tôi không bao giờ đến lớp muộn.

10) Tôi đi Thái Lan mấy lần rồi.

Ⅲ. 읽기

다음을 듣고 문장을 완성하세요.

A: (Nghỉ hè này), cậu định đi đâu không?

B: Tớ định (đi du lịch) Hà Nội với gia đình.

Cậu đã đi Hà Nội (bao giờ chưa)?

A: Vì bạn thân tớ đang sống ở Hà Nội nên tớ đi (mấy lần) rồi.

B: (Hình như) món ăn (nổi tiếng) của Hà Nội là Chả cá Lã Vọng phải không?

A: Ừ, đúng rồi.

다음 문장을 베트남어로 적으세요.

1) Bố tôi đưa tôi tới sân bay.

2) Xe đạp của tôi bị hỏng nên tôi đến cuộc hẹn muộn.

3) Bạn đi Nhật Bản lần nào chưa?

Bạn đã lần nào đi Nhật Bản chưa?

4) Tôi đi Nhật Bản 3 lần rồi.

5) Gia đình tôi đi Hong Kong 2 lần rồi.

6) Tôi thường đến trường bằng xe buýt.

7) Bạn Min-su về nước vào đầu tháng sau.

8) Tôi đang trên đường sang Daegu.

9) Mẹ tôi thường đi siêu thị bằng xe đạp.

10) Tôi chưa bao giờ ăn món ăn Việt Nam.

Tôi chua ăn món ăn Việt Nam bao giờ.

Bài 10 감정 동사

Ⅰ. 들어가기

단어와 의미를 연결하세요.

kém	오이
dưa chuột	거짓말(하다)
thi rớt	무조건(의)
nói dối	부족하다
vô điều kiện	시험에 떨어지다

chồng	강아지
quá khứ	남편
cay	거의, 모두
hầu hết	과거
con chó cưng	맵다

Ⅱ. 문법

다음 문장을 베트남어로 적으세요.

1) Tôi rất thích món ăn Hàn Quốc.

2) Em trai tôi ghét cà rốt.

3) Cô ấy tức giận vì em ấy nói dối.

4) Vì sao cậu thích ca sĩ Sơn Tùng?

5) Bởi vì ca sĩ ấy hát hay.

6) Tôi ghen tị với người vẽ đẹp.

7) Tôi rất yêu truyện Harry Potter của J.K Rowling.

8) Tôi thích nhạc cổ điển chứ không thích nhạc Jazz.

9) Tôi rất ghét trời lạnh

10) Tôi đọc sách chứ chưa làm bài tập.

Ⅲ. 읽기

다음을 듣고 문장을 완성하세요.

1)

Về món ăn, tôi thích các món ăn có (vị thanh đạm).

Vì vậy, tôi thích món ăn Việt Nam vì có nhiều (rau tươi).

Về thời tiết, tôi thích thời tiết (nắng đẹp).

2)

Tôi ghen tị với người có (tài năng), (đặc biệt) là những người hát hay và vẽ đẹp.

Nhưng tôi ghen tị với họ (chứ không) ghét họ.

다음 문장을 베트남어로 적으세요.

1) Tôi thích nghe nhạc chứ không thích xem phim.

2) Tôi ghét món ăn cay nên không ăn nhiều món này.

3) Tôi ghen tị với người nấu ăn giỏi.

4) Vì sao cậu ghét mùa đông?

5) Bởi vì mùa đông rất lạnh.

6) Mẹ tôi hiếm khi tức giận.

7) Tôi ghét trời mưa.

8) Dù bị mất ví nhưng tôi chỉ buồn chứ không tức giận.

9) Anh trai tôi là y tá chứ không phải là luật sư.

10) Tôi yêu tất cả các bài hát của BTS.

Bài 11 쇼핑 동사

Ⅰ. 들어가기

단어와 의미를 연결하세요.

단어	의미
trả	돈을 내다
đăng kí	등록하다
sửa chữa	수리하다
vấn đề	문제
bồi thường	보상하다

단어	의미
giảm giá	할인하다
thẻ tín dụng	신용카드
sản phẩm	생산품
khách hàng	고객
miễn phí	무료

Ⅱ. 문법

다음 문장을 베트남어로 적으세요.

1) Áo này có vấn đề nên tôi cần đổi.

2) Bạn nên yêu cầu giao hàng thì tốt hơn.

3) Mẹ tôi sai tôi đi mua trứng.

4) Ngoài hoàn tiền, thương hiệu này còn cho phép đổi sản phẩm.

5) Tại nhà hàng cao cấp bạn phải thanh toán tiền tip.

6) Anh ấy ngoài học tiếng Anh còn học tiếng Việt.

7) Tôi đề nghị bạn đi xem phim sớm.

8) Cửa hàng này tuy đổi sản phẩm được nhưng không hoàn tiền được.

9) Tủ lạnh này bảo hành một năm sửa chữa miễn phí.

10) Chị nên đổi găng tay khác thì tốt hơn.

Ⅲ. 읽기

다음을 듣고 문장을 완성하세요.

A: Anh ơi, máy giặt này giá bao nhiêu?

B: Dạ, máy giặt này giá 1.500.000 won ạ. (Chất lượng) rất tốt và giá (vừa phải).

A: Máy này (thời gian bảo hành) bao lâu?

B: (Bảo hành miễn phí) là một năm ạ.

A: Giao hàng đến nhà được không?

B: Được ạ. Nhưng (phí giao hàng) là 30.000 won.

다음 문장을 베트남어로 적으세요.

1) Tôi sai em trai mang nước đến cho tôi.

2) Máy vi tính này có vấn đề nên ngoài hoàn tiền tôi còn được bồi thường.

3) Tuy trời tuyết nhưng tôi đến lớp đúng giờ.

4) Tôi đổi đôi giày thể thao vì nó không vừa.

5) Tôi thích thanh toán bằng thẻ tín dụng hơn.

6) Tôi yêu cầu hoá đơn sau khi thanh toán.

7) Thương hiệu này bảo hành 6 tháng sửa chữa miễn phí.

8) Sản phẩm tôi mua hôm nay quá nặng nên cần yêu cầu giao hàng.

9) Thương hiệu này miễn phí giao hàng nếu bạn mua trên 50.000won.

10) Nhà hàng này giảm giá 10% cho khách hàng nếu thanh toán bằng tiền mặt.

Bài 12 행위 동사 I

I. 들어가기

단어와 의미를 연결하세요.

nhớ	소식, 믿다
tốt nghiệp	졸업하다
bằng lái xe	기억하다
tin	두다
để	운전면허증

ô	우산
va li	열쇠
chìa khoá	직업, 일자리
quốc tịch	캐리어, 여행 가방
việc làm	국적

Ⅱ. 문법

다음 문장을 베트남어로 적으세요.

1) Tôi có thể lái xe được.

2) Ngôi nhà này đắt quá, làm sao tôi mua được.

3) Anh trai tôi nhận được học bổng.

4) Tôi muốn mãi mà không mua áo khoác được.

5) Tôi bị bố mắng.

6) Tôi tìm được đường đến hiệu sách Thăng Long.

7) Người nào đã lấy cái mũ của tôi.

8) Tôi có thể vào văn phòng được không?

9) Tôi tìm mãi mà không nhớ để thẻ tín dụng ở đâu.

10) Anh ấy mang quốc tịch Pháp.

Ⅲ. 읽기

다음을 듣고 문장을 완성하세요.

Tôi là sinh viên (năm thứ 3), Đại học Ngoại ngữ Hàn Quốc.

Nghỉ đông này, tôi sẽ đi Hà Nội để (thực tập) tiếng Việt.

Tôi muốn học (luật) Việt Nam để (làm việc) ở Việt Nam.

Tôi học (chăm chỉ) thì sẽ được (điểm cao) và lấy được học bổng.

Vì vậy, tôi đang cố gắng học tiếng Việt!

다음 문장을 베트남어로 적으세요.

1) Cậu nhận được tin của Lan chưa?

2) Khi đến năm 18 tuổi, em làm được giấy chứng minh nhân dân.

3) Tôi bị mẹ phê bình.

4) Tôi bị mệt nên không muốn đi xem phim.

5) Tôi xuất phát trước được không?

6) Anh ấy là ai, làm sao tôi biết được.

7) Tôi có thể lấy cái ô này được không?

8) Tôi tìm mãi mà không nhớ để từ điển ở đâu.

9) Xe đạp này nặng quá, làm sao tôi mang được.

10) Tôi tìm mãi mà không nhớ để bản đồ ở đâu.

Bài 13 행위 동사 II

I. 들어가기

단어와 의미를 연결하세요.

nghĩ	서류
lời thăm	잊다
đừng	~하지 말라
quên	생각하다
hồ sơ	안부의 말

bị cảm	국제 소포
chuyện	질문
câu hỏi	이동 편
bưu phẩm quốc tế	사건, 이야기(하다)
chuyến	감기에 걸리다

Ⅱ. 문법

다음 문장을 베트남어로 적으세요.

1) Chiều (hôm) qua, tôi có gặp Lan trên đường.

2) Tôi quên giờ đi học vì mải xem ti vi.

3) Tôi hỏi đường đến hiệu sách Thăng Long.

4) Em làm xong bài tập trước đi rồi nghỉ.

5) Tôi gửi hồ sơ bằng đảm bảo quốc tế.

6) Anh hãy đợi một chút nữa.

7) Tôi hay đi xem phim.

8) Cậu đang nhìn ai?

9) Cháu gửi lời thăm đến ông bà.

10) Sau khi tập thể dục xong, tôi nghỉ một chút.

Ⅲ. 읽기

다음을 듣고 문장을 완성하세요.

A: Chào chị. Chị cho tôi (gửi) bưu kiện này (đi) Hàn Quốc.

B: Trong bưu kiện này có (những) gì?

A: Có (mấy) quyển sách và cà phê.

B: Thế, chị muốn gửi (nhanh) hay gửi (thường)?

A: Tôi muốn gửi nhanh.

B: Dạ, chị viết vào (tờ khai) này rồi (kí tên) nhé.

다음 문장을 베트남어로 적으세요.

1) Tôi thích ngắm phong cảnh.

2) Tôi gửi lời cảm ơn đến chị Lan.

3) Khi nghỉ, tôi thường nghe nhạc.

4) Em đợi ở đây (nhé).

5) Tôi mải nghĩ nên không thấy gì.

6) Tôi có xem phim <Kí sinh trùng>.

7) Tôi hỏi tên của bạn.

8) Tôi đợi bạn khoảng 15 phút.

9) Thứ bảy tuần này, tôi có mua máy tính xách tay mới.

10) Cậu xem đôi giày thể thao của tớ thế nào?

Bài 14 학습 동사

Ⅰ. 들어가기

단어와 의미를 연결하세요.

động vật	동물
rõ	모두, 끝내다
ý nghĩa	야생(의)
hết	명확한
hoang dã	의미

tắc đường	합격하다
cuộc đời	원자력
thi đỗ	길이 막히다
Châu Phi	삶, 생애
năng lượng hạt nhân	아프리카

Ⅱ. 문법

다음 문장을 베트남어로 적으세요.

1) Tôi không biết Lan đang nghĩ gì cả.

2) Thứ bảy tuần trước, tôi không gặp ai cả.

3) Tôi đang cố gắng luyện phát âm tiếng Việt.

4) Cô bảo tôi đến văn phòng lúc 2 giờ chiều nay.

5) Anh ấy học tiếng Việt không phải chỉ vì để nghiên cứu về văn hoá mà còn là vì để học văn học Việt Nam.

6) Cậu đi Hà Nội để làm gì?

7) Tớ đi Hà Nội để gặp bạn.

8) Hôm qua, trời mưa nên tôi không đi đâu cả.

9) Tôi hiểu rõ bài số 5.

10) Đừng nghĩ đến thi đó nữa.

Ⅲ. 읽기

다음을 듣고 문장을 완성하세요.

A: Hai tuần sau, tớ sẽ đi Hàn Quốc.

B: Cậu đi Hàn Quốc (để làm gì)?

A: Tớ đi Hàn Quốc để (thực tập) tiếng Hàn.

B: Thế à? Cậu (nghĩ) tiếng Hàn (thế nào)?

A: Tớ nghĩ (ngữ pháp) tiếng Hàn khó nhưng tớ sẽ (cố gắng) học!

B: Thế thì, (chúc) cậu may mắn.

다음 문장을 베트남어로 적으세요.

1) Tôi không hiểu gì cả.

2) Anh Nam nhầm tôi với người khác rồi.

3) Chị Mai nghiên cứu về lịch sử Châu Âu.

4) Chiều hôm qua, tôi không đi đâu cả.

5) Tuy trời mưa to nhưng tôi cố gắng đến công ty đúng giờ.

6) Em mua xe đạp để làm gì?

7) Em mua xe đạp để đi học.

8) Giáo sư khuyên tôi nghiên cứu về địa lí Đông Nam Á.

9) Tôi sẽ hết sức cố gắng để giúp bạn.

10) Cậu nhầm giữa ô của cậu và ô của tớ.

Bài 15 최종 확인 문제

1. ① về

2. ① chứ không

3. ③ chỉ ~ thôi

4. ③ tuy ~ nhưng

5. ③ nhận

6. ② lấy

7. ① có

8. ③ mải

9. ③ trông / xêm

10. ④ a, b, c

11. ④ nghiên cứu

12. ③ để làm gì

13. Tôi chưa đi Đức lần nào.

14. Dù bị mất ví nhưng tôi chỉ buồn chứ không tức giận.

15. Máy vi tính này có vấn đề nên ngoài hoàn tiền tôi còn được bồi thường.

16. Tớ nhầm giữa đồ vật của cậu và của tớ.

17. Tôi ___yêu___ ___cầu___ hoá đơn sau khi ___thanh___ ___toán___ .

18. Tôi ___tìm___ ___mãi___ ___mà___ ___không___ nhớ để chìa khoá ở đâu.

저자

이현정

약력

베트남 하노이 사범대학교 어문학과를 졸업하고 한국외국어대학교 대학원 동남·남아시아어문학과에서 베트남 문학 석사학위를 받았으며, 동 대학 비교문학과에서 박사학위를 취득하였다. 대구가톨릭대학교에서 베트남어를 강의했으며, **2014**년부터 현재까지 서울대학교 아시아언어문명학부에서 베트남어와 베트남어 강독을, **2016**년부터 현재까지 사이버한국외국어대학교 베트남·인도네시아학부에서 베트남어 문법을 강의하고 있다.

저서

- 내게는 특별한 베트남어 어휘를 부탁해 (공저, **2021**, 다락원)
- 한 번에 합격하는 대비서 **OPIc** 베트남어 **IM** (공저, **2021**, 한국외국어대학교 지식출판콘텐츠원)
- 나 혼자 끝내는 독학 베트남어 첫걸음 (**2018**, 넥서스)
- 베트남어 첫걸음 (공저, **2017**, 한국외국어대학교 지식출판콘텐츠원)

이미지 출처

p23, File:Derhodes.jpg, Public Domain

https://vi.wikipedia.org/wiki/Alexandre_de_Rhodes#/media/Tập_tin:Derhodes.jpg

p37, File:Thap Rua.jpg by Cyril Doussin from London, United Kingdom, CC BY-SA 2.0

https://vi.wikipedia.org/wiki/Hồ_Hoàn_Kiếm#/media/Tập_tin:Thap_Rua.jpg

p37, File:Ha Long Bay.jpg by Ondřej Žváček, CC BY-SA 3.0

https://vi.wikipedia.org/wiki/Vịnh_Hạ_Long#/media/Tập_tin:Ha_Long_Bay.jpg

p52, File:Background mountains at ATI Sa Pa Rose Valey Resort.jpg by Kiếm Anh, CC BY-SA 4.0

https://vi.wikipedia.org/wiki/Sa_Pa#/media/Tập_tin:Background_mountains_at_ATI_Sa_Pa_Rose_Valey_Resort.jpg

p52, File:Trang An 42.JPG by Kien1980v (thảo luận), Public Domain

https://vi.wikipedia.org/wiki/Quần_thể_danh_thắng_Tràng_An#/media/Tập_tin:Trang_An_42.JPG

p66, https://dethikiemtra.com

p66, https://newshop.vn

p81, File:Chùa Cầu, Hội An.jpg by François Guerrazm

https://vi.wikipedia.org/wiki/Hội_An#/media/Tập_tin:Chùa_Cầu,_Hội_An.jpg

p81, File:Les Temples Cham de My Son (4399060825).jpg by Jean-Pierre Dalbéra from Paris, France

https://vi.wikipedia.org/wiki/Thánh_địa_Mỹ_Sơn#/media/Tập_tin:Les_Temples_Cham_de_My_Son_(4399060825).jpg

p96, https://www.pexels.com/photo/photo-of-woman-playing-piano-2592179/

p96, https://pxhere.com/en/photo/822220

p96, https://pxhere.com/en/photo/498367

p112, https://phunuvietnam.vn

p112, https://thethaovanhoa.vn

p124, File:ThienMuPagoda.jpg by Lưu Ly

https://upload.wikimedia.org/wikipedia/commons/8/88/ThienMuPagoda.jpg

p124, File:Phongnhakebang6.jpg by Genghiskhanviet

https://vi.wikipedia.org/wiki/Vườn_quốc_gia_Phong_Nha_–_Kẻ_Bàng#/media/Tập_tin:Phongnhakebang6.jpg

p124, File:Sông Son chảy trong hang.jpg by Bùi Thụy Đào Nguyên

https://vi.wikipedia.org/wiki/Vườn_quốc_gia_Phong_Nha_–_Kẻ_Bàng#/media/Tập_tin:Sông_Son_chảy_trong_hang.jpg

p141, File:Ho Chi Minh City, City Hall, 2020-01 CN-03.jpg by Steffen Schmitz, CC BY-SA 4.0

https://vi.wikipedia.org/wiki/Thành_phố_Hồ_Ch%C3%AD_Minh#/media/Tập_tin:Ho_Chi_Minh_City,_City_Hall,_2020-01_CN-03.jpg

p141, File:White Palace Vung Tau from Flycam.jpg by Khanhngujen, Public Domain

https://vi.wikipedia.org/wiki/Vũng_Tàu#/media/Tập_tin:White_Palace_Vung_Tau_from_Flycam.jpg

p141, File:VN-vungtau-bai-sau-1.jpg by Balou46, CC BY-SA 3.0

https://vi.wikipedia.org/wiki/Vũng_Tàu#/media/Tập_tin:VN-vungtau-bai-sau-1.jpg

p157, File:Fairy Stream (Mui Ne).jpg by Darren On The Road, CC BY 2.0

https://vi.wikipedia.org/wiki/Suối_Tiên_(Phan_Thiết)#/media/Tập_tin:Fairy_Stream_(Mui_Ne).jpg

p157, File:Phan Thiet river by night.jpg by Lucas Jans, CC BY-SA 2.0

https://vi.wikipedia.org/wiki/Phan_Thiết#/media/Tập_tin:Phan_Thiet_river_by_night.jpg

p157, File:Da Lat, view to Xuan Huong lake 2.jpg by lionlyonne, CC BY-SA 2.0

https://vi.wikipedia.org/wiki/Đà_Lạt#/media/Tập_tin:Da_Lat,_view_to_Xuan_Huong_lake_2.jpg

p173, Tập tin:Poster-ELBNCA.jpg

https://vi.wikipedia.org/wiki/T%E1%BA%ADp_tin:Poster-ELBNCA.jpg

p173, Tập tin:Ap phich phim Thang Nam ruc ro.jpg

https://vi.wikipedia.org/wiki/T%E1%BA%ADp_tin:Ap_phich_phim_Thang_Nam_ruc_ro.jpg

p190,

https://www.vietnamplus.vn/dau-xuan-nghe-nhip-chieng-doc-dao-cua-dong-bao-dan-toc-ede-bih/308676.vnp

p190,

http://en.baobacgiang.com.vn/bg/culture/heritages/264926/hue-imperial-city-s-culture-to-be-spotlighted-in-hanoi-s-old-quarter.html

p206,

https://bacninh.gov.vn/web/english/59/-/details/4790216/program-of-singing-quan-ho-folk-songs-on-boat-and-artistic-fireworks-takes-place-on-occasion-of-national-day-on-september-2-40759833

p206, File:Ca trù.jpg by Kien1980v, Public Domain

https://vi.wikipedia.org/wiki/Ca_trù#/media/Tập_tin:Ca_trù.jpg

동사 65개로 끝내는 베트남어

초판 인쇄 2022년 8월 8일
초판 발행 2022년 8월 11일

지은이 이현정
발행인 고윤성 Director, University Knowledge Press
편집장 신선호 Executive Knowledge Contents Creator
도서편집 장혜정 Contents Creator
노재은 Contents Creator
디자인 최선아 Designer
김대욱 Designer
인사행정 이근영 Managing Creator
재무관리 김문규 Managing Creator
정예찬 Managing Creator
캐릭터 정정은 Contents Creator
발행처 한국외국어대학교 지식출판콘텐츠원
02450 서울특별시 동대문구 이문로 107
전화 02)2173-2493-7
FAX 02)2173-3363
홈페이지 http://press.hufs.ac.kr
전자우편 press@hufs.ac.kr
출판등록 제6-6호(1969. 4. 30)
인쇄·제본 트윈벨 02)2088-1810

ISBN 979-11-5901-903-6 [13730] 정가 25,000원

* 잘못된 책은 교환하여 드립니다.

이 책의 음원(mp3)은 한국외국어대학교 지식출판콘텐츠원 홈페이지(press.hufs.ac.kr) 게시판-자료실에서 다운받아 사용하시기 바랍니다.

HU:NE 은 한국외국어대학교출판부의 어학도서, 사회과학도서, 지역학 도서 Sub Brand이다. 한국외대의 영문명인 HUFS, 현명한 국제전문가 양성(International+Intelligent)의 의미를 담고 있으며, 휴인(携引)의 뜻인 '이끌다, 끌고 나가다'라는 의미처럼 출판계를 이끄는 리더로서, 혁신의 이미지를 담고 있다.